AF658912

ഗ്രീൻ ബുക്സ്

പൂനിലാവിൻ മണിയറ

കെ.ബി. വേണു

ചലച്ചിത്രസംവിധായകൻ, തിരക്കഥാകൃത്ത്,
മാദ്ധ്യമപ്രവർത്തകൻ, കോളമിസ്റ്റ്,
ടെലിവിഷൻ അവതാരകൻ, നടൻ, മാദ്ധ്യമപരിശീലകൻ.
സ്വദേശം എറണാകുളം ജില്ലയിലെ പുത്തൻവേലിക്കര.
ഇംഗ്ലീഷ് സാഹിത്യത്തിലും ജേണലിസം ആൻഡ് മാസ്
കമ്മ്യൂണിക്കേഷനിലും ബിരുദാനന്തര ബിരുദങ്ങൾ.
ധനം, ദി ഏഷ്യൻ ഏജ്, ദി ന്യൂ ഇൻഡ്യൻ എക്സ്പ്രസ്
എന്നീ പത്രങ്ങളിലും കൈരളി ടി.വി. യിലും
എഡിറ്റോറിയൽ വിഭാഗത്തിൽ ജോലി ചെയ്തു.
ഓഗസ്റ്റ് ക്ലബ് എന്ന ഫീച്ചർ സിനിമയും അവ്വാബി:
എ പോസിറ്റീവ് സ്റ്റോറി എന്ന ഡോക്യുമെന്ററിയും
സംവിധാനം ചെയ്തു. ഹെഡ്മാസ്റ്റർ എന്ന സിനിമയ്ക്ക്
തിരക്കഥയെഴുതി. നിരവധി ടെലിവിഷൻ പരിപാടികൾ
നിർമ്മിക്കുകയും അവതരിപ്പിക്കുകയും ചെയ്തു.
മാതൃഭൂമി ആഴ്ചപ്പതിപ്പ്, സമകാലിക മലയാളം വാരിക,
ദേശാഭിമാനി വാരാന്തപ്പതിപ്പ്, ചിത്രഭൂമി എന്നീ
പ്രസിദ്ധീകരണങ്ങളിലും ഓൺലൈൻ മാദ്ധ്യമങ്ങളിലും
പംക്തികൾ കൈകാര്യം ചെയ്തു. കൈരളി ടി.വി.യിൽ
അവതരിപ്പിച്ചിരുന്ന മാജിക് ലാന്റേൺ എന്ന ചലച്ചിത്ര
സംബന്ധിയായ പരിപാടിക്ക് മികച്ച അവതാരകനുള്ള
സംസ്ഥാന ടെലിവിഷൻ അവാർഡ് ലഭിച്ചു.
കെ.ജി. ജോർജ്ജിന്റെ ചലച്ചിത്രയാത്രകൾ
എന്ന പുസ്തകത്തിന് മികച്ച സിനിമാഗ്രന്ഥത്തിനുള്ള
കേരള സംസ്ഥാന ചലച്ചിത്ര അവാർഡ് ലഭിച്ചു.
സിനിമയുടെ സ്വതന്ത്ര റിപ്പബ്ലിക്കുകൾ, കിം കി ദുക്ക്:
മൗനവും ഹിംസയും (രണ്ടു പതിപ്പുകൾ)
എന്നിവയടക്കം പത്ത് പുസ്തകങ്ങൾ രചിച്ചു.

Email: venukarakkatt@gmail.com

സംഗീതം

പൂനിലാവിൻ മണിയറ

കെ.ബി. വേണു

ഗ്രീൻബുക്സ്

green books private limited
gb building, civil lane road, ayyanthole,
thrissur- 680 003, kerala, ph: +91 487-2381066, 2381039
website: www.greenbooksindia.com
e-mail: info@greenbooksindia.com

malayalam
poonilavin maniyara
music
by
k b venu

published august 2022

cover design : rajesh chalode

printed in india
manipal technologies ltd

branches:
thrissur 0487-2422515
thiruvananthapuram 0471-2335301
calicut 0495 4854662

isbn : 978-93-93596-42-0

₹ 180.00
GBPL/1237/2022

സമർപ്പണം

മുല്ലനേഴി മാഷിന്,
പാട്ടുമഴയിൽ കുതിർന്ന ദിനരാത്രങ്ങൾക്ക്,
ഒപ്പം
എല്ലാ പ്രണയകാലങ്ങൾക്കും

ഉള്ളടക്കം

ആമുഖം

ദേശാഭിമാനിയുടെ വാരാന്തപ്പതിപ്പിൽ സംഗീതസംബന്ധിയായ ഒരു പംക്തി കൈകാര്യം ചെയ്യാനിടവന്നത് യൂണിവേഴ്സിറ്റി പഠനകാലം മുതൽ ഉറ്റ ചങ്ങാതിയായ ഇ രാജേഷ് കാരണമാണ്. വാരാന്തപ്പതിപ്പിന്റെ ചുമതലക്കാരനായ എൻ എസ് സജിത്തിന്റെ പ്രോത്സാഹനം കൂടിയായപ്പോൾ ഏക് താര എന്ന പേരിലുള്ള ആ പംക്തി സാക്ഷാത്കൃതമായി. മുകുന്ദനുണ്ണി, നദീം നൗഷാദ് എന്നിവരും ഒന്നിടവിട്ട ആഴ്ചകളിൽ ആ പംക്തി കൈകാര്യം ചെയ്തിരുന്നു. സംഗീതത്തെപ്പറ്റി ആധികാരികമായി ഒന്നും പറയാനറിയാത്തതിന്റെ ധൈര്യക്കുറവുണ്ടായിരുന്നു. അതുകൊണ്ട് പ്രിയപ്പെട്ട വിഷയമായ സിനിമയെ കൂട്ടുപിടിച്ചു. സിനിമയെക്കുറിച്ചു പറയുമ്പോൾ സംഗീതം അതിലേക്ക് ഒളിച്ചു കടത്തുകയായിരുന്നോ, അതോ സംഗീതത്തെക്കുറിച്ചു പറയുമ്പോൾ സിനിമയെ ഒളിച്ചുകടത്തുകയായിരുന്നോ എന്ന് അറിയില്ല. പംക്തിയെഴുതുന്നവർക്ക് ചിലപ്പോഴൊക്കെ വിഷയദാരിദ്ര്യം അനുഭവപ്പെടുമല്ലോ. അതുകൊണ്ട് എല്ലാത്തരം സംഗീതത്തെയും എഴുത്തിനു വിഷയമാക്കിയിട്ടുണ്ട്. വായനക്കാരുടെ പ്രതികരണങ്ങൾ വലിയ പ്രചോദനമായിരുന്നു. ഏക് താര പല പുതിയ സൗഹൃദങ്ങളും സമ്മാനിച്ചിട്ടുണ്ടെന്നതാണ് സത്യം. ഈ പുസ്തകത്തിന് വളരെ വിശദമായ അവതാരിക

എഴുതിത്തന്ന പ്രിയകവി റഫീക്ക് അഹമ്മദിനും
ഹൃദ്യമായ ചങ്ങാത്തക്കുറിപ്പെഴുതിയ സംഗീതകാരൻ
ഷഹബാസിനും ഹൃദയപൂർവ്വം നന്ദി.
എന്റെ ആദ്യസിനിമയിലെ പാട്ടുകളെല്ലാം
എഴുതിയത് റഫീക്കാണ്. ഷഹബാസ് ആകട്ടെ,
സ്വന്തം സംഗീതസംവിധാനത്തിൽ എന്നെക്കൊണ്ട്
പാട്ടുപാടിക്കാൻ ധൈര്യം കാണിച്ചയാളും.
ഇരുവരോടുമുള്ളത് സിനിമയിൽ
വരും മുമ്പേയുള്ള സൗഹൃദം.
രാജേഷിനും സജിത്തിനും നന്ദി. ഈ പുസ്തകം
പ്രസിദ്ധീകരിക്കുന്ന ഗ്രീൻ ബുക്സിനും.

കെ.ബി. വേണു

അനുയാത്രികന്റെ ഗാനപഥങ്ങൾ

റഫീക്ക് അഹമ്മദ്

പൂനിലാവിൻ മണിയറ എന്ന ഈ പുസ്തകം നിഷ്കളങ്കതയുടെ പുസ്തകമാകുന്നു. ജിദ്ദു കൃഷ്ണമൂർത്തി പറഞ്ഞ, അറിഞ്ഞതിൽ നിന്നുള്ള മോചനം എന്ന ദാർശനിക വെളിപാട് ഈ പുസ്തകത്തിലേക്ക് പ്രവേശിച്ചപ്പോൾ ഞാൻ ഓർത്തുപോയി. എന്തെന്നാൽ ഇത് പാട്ടിനെക്കുറിച്ചുള്ള പുസ്തകമാണ്. പക്ഷേ ഗാനാസ്വാദനത്തിന്റെ ഉപരിപ്ലവമായ നേരംകൊല്ലി വർത്തമാനമല്ല ഇതിലുള്ളത്. പാട്ടിലൂടെ സിനിമയെ, സിനിമയിലൂടെ പാട്ടിനെ കണ്ടെത്തുന്ന, ആരും ഇതുവരെ പോയിട്ടില്ലാത്ത ഒരു വഴിയിലൂടെയുള്ള സഞ്ചാരമാണ്.

ഒരു പുഴയിൽ ആരും രണ്ടുവട്ടം ഇറങ്ങാറില്ല എന്നു പറയാറുണ്ടല്ലോ. പാട്ടിന്റെ കാര്യവും അങ്ങനെത്തന്നെയാണ്. ഒരു പാട്ടും ആരും രണ്ടുവട്ടം കേൾക്കുന്നില്ല. മുമ്പ് ആയിരം വട്ടം കേട്ടതായിരിക്കാമെങ്കിലും ആ പാട്ട് ആദ്യമായി കേൾക്കുകയാണ് നിങ്ങൾ ഇപ്പോൾ. അതുവരെ ശ്രദ്ധിക്കാതെപോയ തബലയുടെ ഒരു മൃദുമർമ്മരം, തംബുരുവിന്റെയോ വീണയുടെയോ കമ്പനം, ഗായകന്റെ അല്ലെങ്കിൽ ഗായികയുടെ നാം ശ്രദ്ധിക്കാതെപോയ ഒരു അനുനാസികം, സംഗീതസംവിധായകൻ ഒളിപ്പിച്ചുവെച്ച ഒരു കുണുക്ക്, ഗാനരചയിതാവ് അറിയാതെ കൈവിട്ടുപോയ ഒരു വാക്കിന്റെ, അല്ലെങ്കിൽ പ്രയോഗത്തിന്റെ ചാരുത, ഇവയിലേതെങ്കിലും ഓരോ ശ്രവണത്തിലും നമ്മെ ആ പാട്ടിന്റെ ആദ്യശ്രോതാവാക്കുന്നുണ്ട്.

വേണു പറയുന്നതുപോലെ ഓരോ പാട്ടും തലയ്ക്കു പിടിക്കുന്നതും ഒഴിയാബാധപോലെ കൂടെ കൂടുന്നതും

ഓരോ വിധത്തിലാണ്. ഒരു പാട്ട് അതിന്റെ ഈണത്തിന്റെ ചാരുത കൊണ്ടും കാവ്യാത്മകത കൊണ്ടും പാടുന്നയാളുടെ ശബ്ദസൗകുമാര്യം കൊണ്ടും സംഗീതോപകരണങ്ങളുടെ വിന്യാസം കൊണ്ടുമെല്ലാം നമ്മെ ആകർഷിക്കുന്നു. അതോടൊപ്പം തന്നെ ആ പാട്ട് ഉൾപ്പെടുന്ന ചലച്ചിത്രം കണ്ടിട്ടുള്ളവർക്കാണെങ്കിൽ അതിന്റെ ദൃശ്യാവിഷ്കാരത്തിന്റെ മികവ്, അഭിനേതാക്കളുടെ പ്രകടനം അങ്ങനെ പല കാര്യങ്ങളും വരാം. ഇതിനെല്ലാമുപരി പാട്ട് നമ്മുടെ ഏറ്റവും സ്വകാര്യമായ ഓർമ്മകളോടും സ്വപ്നങ്ങളോടും ബന്ധപ്പെട്ടിരിക്കുന്നു.

പണ്ഡിതലോകത്തെ സംബന്ധിച്ചിടത്തോളം ഒരു ചീത്ത വാക്കായ നൊസ്റ്റാൾജിയയോട് ബന്ധപ്പെട്ടിരിക്കുന്നു. ഒരു ഗന്ധം ഒരു കാലത്തെ നിങ്ങളുടെ മനസ്സിലേക്കു പുനരാനയിക്കുന്നതുപോലെ പാട്ടിന് ഓർമ്മയുടെ ഒരു ഹിമഭൂമികയെ മറവിയുടെ സമുദ്രത്തിൽ നിന്ന് ഉയർത്തിക്കൊണ്ടുവരാനാവും. മറ്റൊരു കലയ്ക്കും അതിന് ആവതുണ്ടെന്ന് ഞാൻ കരുതുന്നില്ല. വാക്കും സംഗീതവും മനുഷ്യശബ്ദവും ഇഴചേർന്നുണ്ടാവുന്ന സവിശേഷ സൃഷ്ടിയായ ഗാനകലയ്ക്ക് മനസ്സിന്റെ അബോധതലങ്ങളെ സ്പർശിക്കാനുമാവും. അതുകൊണ്ട് സാധാരണക്കാരന് അത് കാവ്യാനുഭൂതിയാണ്. സംഗീതോന്മാദമാണ്. ബ്രഹ്മാനന്ദവും സൈക്കഡെലിക് അനുഭവവും ആ ണ്.

സിനിമാഗാനങ്ങൾ ജനകീയവും ജനപ്രിയവുമാണ്. അതുകൊണ്ടാവാം പണ്ഡിതസമൂഹം ഒരിക്കലുമതിനെ ഗൗരവപൂർവ്വം സമീപിക്കാറില്ല. അങ്ങനെ വേണമെന്ന് നിർബന്ധവുമില്ല. പതിറ്റാണ്ടുകൾക്കു ശേഷവും അവ നമുക്കു ചുറ്റും അലയടിക്കുന്നു എന്നും മാറിയ അഭിരുചികളെ മറികടന്നും തലമുറകളിലേക്ക് സഞ്ചരിക്കുന്നു എന്നും ആരും ആലോചിച്ചു കാണുന്നില്ല. സർഗാത്മകത ഏറ്റവും വലിയ പ്രതിസന്ധിയിലൂടെ കടന്നുപോകുന്ന ഒരു കാലമാണിത്. അവനവനെ മാത്രം അഭിമുഖീകരിച്ച് തന്റെയുള്ളിലെ അബോധങ്ങളുടെ കെട്ടഴിച്ചുവിട്ട്, ഏറ്റവും ഏകാകിയായി സർഗസൃഷ്ടി നടത്തുന്ന ഒരാളെ ഇനി സങ്കൽപ്പിക്കാനാവില്ല. അയാളുടെ എഴുത്തുമുറിക്കുള്ളിൽ നിറയെ ആളുകളാണ്. ലൈക്കും ഷെയറും തരാമെന്ന് പ്രലോഭിപ്പിക്കുന്ന സമൂഹമാധ്യമ ആൾക്കൂട്ടങ്ങൾ, കത്തിയും

കുന്തവും ശൂലവുമായി നിരന്നു നിൽക്കുന്ന വർഗീയ വേതാളങ്ങൾ, ലാവണ്യാംശമൊഴിച്ച് മറ്റെല്ലാം കീറിമുറിക്കാനും രാഷ്ട്രീയ ശരികളുമായി ശരിപ്പെടുത്താനും നിൽക്കുന്ന അക്കാദമിക്കുകൾ. അയാളുടെ പേനയിൽ അസംഖ്യം അദൃശ്യമായ ചരടുകൾ കൊളുത്തപ്പെട്ടിരിക്കുന്നു. സിനിമാഗാനങ്ങളാകട്ടെ, സിനിമയുമായി അത്രമേൽ ബന്ധപ്പെട്ടു കിടക്കുന്നു. അവ പിന്നീട് സിനിമയെ അതിജീവിക്കുന്നുണ്ടാവാം. പക്ഷേ പ്രാഥമികമായി അവ സിനിമയ്ക്കുവേണ്ടിത്തന്നെ ഉണ്ടാക്കപ്പെട്ടവയാണ്. Contextual ആവുക എന്നതാണ് അവയുടെ അടിസ്ഥാന ധർമ്മം. എന്നിട്ടും അവയെ സിനിമയുടെ കഥാഗാത്രത്തിൽ നിന്ന് അടർത്തിയെടുത്ത് വിമർശന വിധേയമാക്കുന്ന അക്കാദമിക്കുകളുടെ മൂഢ പാണ്ഡിത്യം അരങ്ങേറിക്കൊണ്ടിരിക്കുന്നു. കഴിഞ്ഞ ദിവസവും അങ്ങനെ ഒന്നു കണ്ടു. നിലാവ്, മഴ, പൂക്കൾ മുതലായവയുമായി പാട്ടെഴുത്തുകാരൻ പെണ്ണിനെ ഉപമിച്ചിരിക്കുന്നു. ഇത് സ്ത്രീയെ വസ്തുവൽക്കരിക്കലാകുന്നു. അതങ്ങനെ നടക്കട്ടെ. വേണു പാട്ടിനെ സിനിമയിൽ നിന്ന് അടർത്തിമാറ്റുന്നില്ല.

അതേസമയം സിനിമകൾ നമ്മൾ മറന്നു പോയിട്ടും അവയുടെ അസ്തിത്വം ഓർമ്മിപ്പിക്കുന്ന ഏക പ്രതിനിധാനമായി പാട്ടുകൾ മാറുന്നതിനെ സാക്ഷ്യപ്പെടുത്തുന്നുമുണ്ട്. ഇന്ത്യൻ സിനിമകളോളം മറ്റൊരിടത്തും പാട്ടുകൾക്ക് പ്രാധാന്യമില്ല. മലയാളത്തിലെ ആദ്യകാല ചിത്രങ്ങളിൽ ഇരുപതിലേറെ പാട്ടുകളുണ്ടായിരുന്നു എന്നത് ഓർക്കുക.

ഗുൽസാർ എഴുതി സംവിധാനം ചെയ്ത ഇജാസത് എന്ന ചിത്രത്തെക്കുറിച്ച് വേണു എഴുതുന്നുണ്ട്. വിഷാദരോഗത്തിന്റെ ഇരുധ്രുവങ്ങളിൽ ഊഞ്ഞാലാടിയിരുന്ന, വിചിത്ര സ്വഭാവിയായ അതിലെ സ്ത്രീ കഥാപാത്രം - മായ - അവൾ ഉന്മാദിനിയായ ഒരു പ്രണയിനിയുമായിരുന്നു. തന്റെ കാമുകൻ മറ്റൊരുവളെ വിവാഹം ചെയ്യാനാഗ്രഹിക്കുന്നു എന്ന തിരിച്ചറിവിൽ സ്വയം ഒഴിഞ്ഞ് അദൃശ്യയാവുന്ന ഈ സങ്കീർണ കഥാപാത്രത്തെ എങ്ങനെ കേവലമൊരു സിനിമാഗാനത്തിന്റെ അതിരുകളിൽ ഒതുക്കാനാവും? ഗുൽസാറും ആർ.ഡി. ബർമ്മനും ചേർന്ന് അത് എങ്ങനെ സാധിച്ചിരിക്കുന്നു എന്ന് വേണു അതീവ സുന്ദരമായി വിവരിക്കുന്നുണ്ട്. സിനിമയിൽ പാട്ടുകളുടെ പ്രസക്തി

എന്ത് എന്ന് പാട്ടെഴുത്തുകാരൻ ആയിരിക്കെത്തന്നെ പലപ്പോഴും ചിന്തിച്ചു പോയിട്ടുള്ളവനാണ് ഇതെഴുതുന്നവൻ. നിരവധി ഉദാഹരണങ്ങളിലൂടെ വേണു അതിനുള്ള മറുപടി തരുന്നുണ്ട് ഈ പുസ്തകത്തിൽ. അതൊക്കെയും ഇവിടെ എടുത്തെഴുതുന്നത് അനുചിതമായിരിക്കും. അമേരിക്കൻ ക്ലാസിക് സിനിമയായ കാസാബ്ലാങ്കയിലെ Moonlight and love songs/Are never out of date എന്നു തുടങ്ങുന്ന അനശ്വര ഗാനം എപ്രകാരം ഭഗ്നപ്രണയികളുടെ ദേശീയഗാനമായി മാറുന്നു എന്ന് നമുക്കിവിടെ വായിച്ചറിയാം. ഇവിടെ വേണു അതിശയകരമായി സിനിമയെയും അതിലെ ഗാനത്തെയും കൂട്ടിയിണക്കിക്കൊണ്ട് മറ്റൊരാളും ഇതുവരെ ചെയ്തുകണ്ടിട്ടില്ലാത്ത ഒരു പരിചരണം അനുഷ്ഠിക്കുകയാണ്. ചിത്രകലയിലും സംഗീതത്തിലുമെല്ലാം നിഷ്ണാതനായിരുന്ന അരവിന്ദന്റെ തമ്പ് എന്ന സിനിമയിലെ ഗാനങ്ങളുടെ പിറവിയെക്കുറിച്ചും അവ ആ സിനിമയുടെ ആത്മാവായി മാറിയത് എങ്ങനെയെന്നും മറ്റൊരിടത്ത് വേണു വിവരിക്കുന്നുണ്ട്. മലയാള ചലച്ചിത്രഗാനകലയിൽ വ്യത്യസ്തമായ ഒരു വഴിവെട്ടിത്തുറന്ന കാവാലത്തിന്റേതായിരുന്നല്ലോ അതിലെ പാട്ടുകൾ. ഞരളത്ത് പാടിയ ഒരു അഷ്ടപദീഗാനത്തിലൂടെ സോപാനസംഗീതവും ഞരളത്ത് എന്ന അതുല്യപ്രതിഭയും തിരുമാന്ധാംകാവ് ക്ഷേത്രത്തിന്റെ നാലുചുവരുകൾ വിട്ട് കേരളസംഗീതത്തിന്റെ പൊതുവഴിയിലേക്ക് പ്രവേശിച്ചത് ചരിത്രമാണല്ലോ.

1954ൽ പുറത്തിറങ്ങിയ നീലക്കുയിലിലൂടെയാണ് മലയാള ചലച്ചിത്രശാഖ തന്റേടവും തനത് രൂപവും നേടുന്നത് എന്ന് പരക്കെ സമ്മതിക്കപ്പെടുന്ന കാര്യമാണ്. എന്നാൽ ആ ചിത്രത്തിലൂടെ വളരെ പ്രധാനപ്പെട്ട മറ്റൊരു സംഗതി കൂടി നടക്കുകയുണ്ടായി. മലബാറിലെ മാപ്പിള സമുദായത്തിന്റെ മണിയറകളിൽ നാണിച്ചു മറഞ്ഞിരുന്നിരുന്ന മാപ്പിളപ്പാട്ടിനെ വലയെറിഞ്ഞു പിടിച്ച് പി. ഭാസ്കരനും കെ. രാഘവനും കേരളം എന്ന ബഹുസ്വര സമൂഹത്തിന്റെ മുഴുവൻ ഭാഗമാക്കി എന്നതാണത്. ഇന്ത്യൻ സിനിമയിലെ അനശ്വരസൃഷ്ടികളെ അവയുടെ അവിഭാജ്യഭാഗമായിത്തീർന്ന ഗാനങ്ങളോടൊപ്പം ചേർത്തുവെച്ച് വേണു നടത്തുന്ന ഈ ആസ്വാദനം ഒരു പുതിയ തുറസ്സിലേക്കുള്ള വാതിലാണ്. പാട്ടുകളെപ്പറ്റി പുകഴ്ത്തിപ്പറയുമെങ്കിലും അവ സിനിമയുമായി എങ്ങനെ ഇഴചേരുന്നു എന്ന്

ഒരിക്കലും പരിശോധിക്കപ്പെടാറില്ല. ചലച്ചിത്രത്തിന്റെ ആത്മാവ് ആവാഹിച്ച, സിനിമയ്ക്കു പകരമായിപ്പോലും കാലത്തെ അതിജീവിക്കുന്ന ഗാനങ്ങളെ നാം എങ്ങനെ യാണ് വിലയിരുത്തുന്നത്? മലയാളത്തിലേക്കു വന്നാൽ ഭാർഗവീനിലയം, ചെമ്മീൻ, ഗന്ധർവ്വക്ഷേത്രം എന്തിന് മലയാള സിനിമയുടെ തലക്കുറി മാറ്റി എഴുതിയ നീല ക്കുയിൽ ഉൾപ്പെടെ നിരവധി ചിത്രങ്ങൾ അവയിലെ ഗാനങ്ങൾ നീക്കിക്കളഞ്ഞാൽ എങ്ങനെയിരിക്കും എന്ന് ചിന്തിച്ചു നോക്കാവുന്നതാണ്. നേരത്തെ പറഞ്ഞ Contextual എലിമെന്റ് നോക്കിയാൽ രസകരമായ കുറേ കാര്യങ്ങൾ കാണാം. വളരെ സാധാരണമായ, ഒരു കലാ മൂല്യവും അവകാശപ്പെടാനില്ലാത്ത കമേർഷ്യൽ ചിത്ര ങ്ങളിലെ ഗാനങ്ങൾ ആ സിനിമകളേക്കാൾ എത്ര ഉയര ത്തിലാണ് നിലകൊള്ളുന്നത്.

ഇന്ന് രണ്ടര മണിക്കൂർ നേരം കുത്തിയിരുന്നു കാണാൻ ഒരുമാതിരിപ്പെട്ടവർക്കൊന്നും കഴിയാത്ത പോസ്റ്റുമാനെ കാണ്മാനില്ല എന്ന സിനിമയിലാണ് 'ഈശ്വരൻ ഹിന്ദുവല്ല' എന്നു തുടങ്ങുന്ന വിഖ്യാത ഗാനമുള്ളത്. സി.ഐ.ഡി. നസീർ എന്ന പരാമർശയോഗ്യം പോലുമല്ലാത്ത സിനിമ യിലാണ് 'നിൻ മണിയറയിലെ നിർമലശയ്യയിലെ' എന്നു തുടങ്ങുന്ന മനോഹരഗാനമുള്ളത്. പേരോർക്കാത്ത ഒരു ചിത്രത്തിലെ വയലാറിന്റെ ഒരു പാട്ട് ഓർത്തു പോകുന്നു. കാമുകിയാൽ വഞ്ചിക്കപ്പെട്ട കാമുകൻ പാടുന്ന ഗാനമാണ്. 'തങ്കത്താഴികക്കുടമല്ല, താരാപഥത്തിലെ രഥമല്ല, ചന്ദ്ര ബിംബം കവികൾ പുകഴ്ത്തും സ്വർണമയൂരമല്ല' എന്നാ രംഭിക്കുന്ന ആ ഗാനം 'കസ്തൂരിമാനില്ല, കല്ലോലിനിയില്ല, കാറ്റിന്റെ കളിചിരിയൊച്ചയില്ല, ഏതോ വിരഹത്തിൻ ഇരുൾ വന്നുമൂടുമൊരേകാന്ത ശൂന്യതയല്ലോ, അവിടമൊരേകാന്ത ശൂന്യതയല്ലോ' എന്ന് വളരുന്നു.

കാലത്തിന്റെ ചവറ്റുകുട്ടയിൽ വീണ് മറന്നുപോവാൻ മാത്രം യോഗ്യതയുള്ള അതിസാധാരണമായ, ഒരു ആശയ ഗരിമയുമില്ലാത്ത ഏതോ സിനിമയിലേതാണ് ഈ ഗാനം എന്ന് ഓർക്കുക. ഇങ്ങനെ സിനിമയെ മഹത്വപ്പെടുത്തു കയും സിനിമയോടൊപ്പം തലയുയർത്തി നിൽക്കുകയും ചിലപ്പോൾ സിനിമയേക്കാൾ വളരുകയും ചെയ്യാറുള്ള ചലച്ചിത്രഗാനശാഖയെ സ്നേഹാദരപുരസ്സരമാണ് വേണു ഈ പുസ്തകത്തിൽ പരിചരിക്കുന്നത്.

ഞാൻ പറഞ്ഞതത്രയും മലയാളത്തിലെ പ്രധാനമോ അപ്രധാനമോ ആയ ചലച്ചിത്രങ്ങളെക്കുറിച്ചും അവയെ പൊലിപ്പിക്കുകയും അതിജീവിക്കുകയും ചെയ്ത പാട്ടു കളെക്കുറിച്ചുമാണ്. എന്നാൽ ഈ പുസ്തകത്തിൽ വേണു പറയുന്നത് വിശ്വോത്തര സിനിമകളെക്കുറിച്ചും മരണ മില്ലാത്ത ഗാനങ്ങളെക്കുറിച്ചുമാണ്. നമുക്ക് ഏറെയൊന്നും പരിചിതരല്ലാത്ത അപൂർവ്വ ഗാനപ്രതിഭകളെ ഈ പുസ്തകം പരിചയപ്പെടുത്തുന്നു. എൺപതുകളിൽ ഇറങ്ങിയ, നമ്മെ പലരെയും വിഹ്വലരാക്കിയ അർത്ഥ് എന്ന ചിത്രം പരാ മർശിക്കപ്പെടുന്നുണ്ട്. വിഖ്യാത ചലച്ചിത്രകാരൻ മഹേഷ് ഭട്ടും ഇന്ത്യൻ താരറാണിയായ പർവീൺ ബാബിയും തമ്മിലുണ്ടായിരുന്ന അവ്യാഖ്യേയമായ പ്രണയബന്ധ ത്തിന്റെ അടരുകളിലേക്ക് സഞ്ചരിക്കുന്ന ഈ ചിത്രത്തിലെ ഗാനങ്ങൾ കഥയുടെ ആത്മാവിനെ എങ്ങനെ ആവാഹി ക്കുന്നു എന്ന് ഭംഗിയായി സൂചിപ്പിക്കുന്നുണ്ട് വേണു.

'ഭൂമി എന്ന പിയാനോ' പറയുന്നത് ദ ലെജൻഡ് ഓഫ് 1900 എന്ന സിനിമയെക്കുറിച്ചാണ്. അറ്റ്ലാന്റിക് മഹാ സമുദ്രത്തിലെ വെർജീനിയ എന്ന കപ്പലിൽ ഉപേക്ഷിക്കപ്പെട്ട നിലയിൽ ഒരു കപ്പൽ ജോലിക്കാരൻ കണ്ടെടുത്ത വിചിത്ര സ്വഭാവിയായ സംഗീതകാരൻ. അയാളുടെ പേരും വിചിത്ര മാണ് – 1900. കപ്പലിൽ നിന്ന് പുറത്തു കടക്കാതെ കടലിൽ ജീവിച്ചു മരിച്ച ഐതിഹാസികമാനങ്ങളുള്ള ആ കഥാ പാത്രം സൃഷ്ടിച്ച സംഗീത വിസ്ഫോടനങ്ങളുടെ അല യടികൾ ഒരിക്കലും ഒടുങ്ങുന്നില്ല. പുറത്ത് യുദ്ധം തീമഴ ചൊരിയുമ്പോഴും പിയാനോ വായിച്ച് കപ്പലിന്റെ അടി ത്തട്ടിൽത്തന്നെയിരുന്ന ആ കലാകാരൻ കരയിലേക്കു വന്നതേയില്ല; കടലിൽ കപ്പലോടൊപ്പം അവസാനിക്കുന്നതു വരെയും. അങ്ങനെ ഒരാൾ ജീവിച്ചിരുന്നുവോ ഇല്ലയോ എന്നതിന് തെളിവുകളൊന്നും ഇല്ല. പക്ഷേ സംഗീത കലയെ സംബന്ധിച്ചിടത്തോളം അങ്ങനെയും സാദ്ധ്യ മാണെന്ന് ഈ ലേഖനം നമ്മെ ബോധിപ്പിക്കുന്നുണ്ട്.

ഇന്ദിര/ഫിറോസ് ഗാന്ധിമാരുടെ പ്രണയവും ദാമ്പ ത്യവും അതിന്റെ കാണാവഴികളും ഭംഗ്യന്തരേണ സൂചിപ്പി ക്കുന്ന ഗുൽസാറിന്റെ 'ആന്ധി' എന്ന പ്രശസ്ത സിനിമയും കാലാതിവർത്തിയായ പാട്ടുകളുമാണ് മറ്റൊരു ലേഖന ത്തിന്റെ വിഷയമെങ്കിൽ ഗീതാ ദത്തും ഗുരുദത്തും തമ്മി ലുണ്ടായിരുന്ന അസാധാരണമായ പ്രണയത്തിന്റെ കഥ

പറയുന്ന കാഗസ് കേ ഫൂൽ എന്ന മനോഹര ചിത്രത്തെക്കുറിച്ചാണ് ഇനിയൊന്ന്. കൈഫി ആസ്മിയും എസ്.ഡി. ബർമ്മനും കൂടി സൃഷ്ടിച്ചെടുത്ത അതിലെ ഗാനങ്ങൾ സിനിമയുടെ ഹൃദയം തൊടുന്നവയും ഇന്നും നമ്മെ ബാധിക്കുന്നവയും ആണല്ലോ. ഇന്ത്യൻ സിനിമയിലെ അവിസ്മരണീയനായ കാൽപനിക നായകൻ രാജേഷ് ഖന്നയും പിൽക്കാല ഇന്ത്യൻ സിനിമയിൽ വിരാട് പുരുഷനെപ്പോലെ നിറഞ്ഞു നിൽക്കുന്ന അമിതാഭ് ബച്ചനും മത്സരിച്ചഭിനയിച്ച ആനന്ദ് എന്ന ചിത്രത്തിലേക്കു വരുമ്പോൾ എഴുത്ത് കാവ്യാത്മകമാവുന്നു. ഗുൽസാർ രചിച്ച് മുകേഷ് പാടിയ ഗാനം അപ്രതീക്ഷിത ദുരന്തങ്ങളുടെ ആഘാതം മാറ്റി മറിച്ച ജീവിതത്തിന്റെ ആഴം അതിതീവ്രമായി ആവിഷ്കരിക്കുന്നതാണല്ലോ. രണ്ടു കരച്ചിലുകൾക്കിടയിലെ പാട്ട് എന്നാണ് വേണു ഇതിലെ കഹീ ദൂര് ജബ് ദിൻ ഢല് ജായേ എന്ന ഗാനത്തെ വിശേഷിപ്പിക്കുന്നത്. ഹെലൻ റെഡ്ഡി, മുഹമ്മദ് സായുർ റഹ്മാൻ ഹഷ്മി, ക്രൂണർ ജോൺ ഡെൻവർ മുതൽ ഉമ്പായി വരെ നീളുന്ന ഗായകലോകത്തേക്ക് വായനക്കാരെ കൂട്ടിക്കൊണ്ടു പോകുന്നു ഗ്രന്ഥകർത്താവ്.

മലയാളത്തെ സംബന്ധിച്ചിടത്തോളം ചലച്ചിത്രഗാനങ്ങൾക്കപ്പുറത്തുള്ള ഒരു ഗാനകല സാമാന്യമായി നിലനിൽക്കാതിരിക്കുമ്പോഴും അവയേക്കാൾ ജനകീയമായ ഒരു പാട്ടുവഴി സൃഷ്ടിച്ചെടുത്ത ഉമ്പായി എന്ന ഗായകന്റെ പ്രസക്തിയെ എടുത്തു കാണിക്കുന്നുന്നുണ്ട് വേണു. തീർച്ചയായും ഉമ്പായി ഒരു അത്ഭുതം തന്നെയാണ്.

ഗസലിന്റെ കൃത്യമായ രൂപഭാവങ്ങൾക്കകത്ത് ഉമ്പായിയുടെ ഗാനങ്ങൾ വരുമോ ഇല്ലയോ എന്നത് ഒരു ചോദ്യമാണെങ്കിലും സിനിമാഗാനങ്ങളുടെ മദിപ്പിക്കുന്ന ആസക്തിയിൽ നിന്ന് വെറും തൊണ്ടയുടെ നിരാർഭാടലാളിത്യത്തിലേക്ക് മലയാളിയെ ഉമ്പായി തെളിച്ചുകൊണ്ടുപോയി. അസാദ്ധ്യം എന്നു നിസ്സംശംയം പറയാവുന്ന ആ പ്രതിഭാസം ശരിയായ രീതിയിൽ വിലയിരുത്തപ്പെടുകയാണ് ഇവിടെ. ഭാരതീയരും വിദേശികളുമായ നിരവധി സംഗീത പ്രതിഭകളെ പരിചയപ്പെടുത്തുന്നതിലൂടെ അതിരുകൾ മായ്ക്കുന്ന സംഗീതം എന്ന വിശ്വകലയുടെ മാന്ത്രികതയെക്കുറിച്ചു നാം ഒന്നുകൂടി ബോധവാന്മാരാകുന്നു. സിനിമയ്ക്കപ്പുറത്തുള്ള ഒരു ജനകീയ ഗാനകല ഇനിയും

വികസിച്ചിട്ടില്ലാത്ത നമ്മെ സംബന്ധിച്ചിടത്തോളം ബിയോൺ സെയെപ്പോലുള്ള അമേരിക്കൻ ഗാനകർത്താക്കളെക്കുറിച്ചുള്ള അറിവുകൾ ഏറെ വിലപ്പെട്ടവയാണ്. ഏറ്റവും ജനകീയമായ സ്വതന്ത്രഗാനാവിഷ്കാരങ്ങളുടെ വിശാലഭൂമിക ഇവിടെ ഇനിയും സൃഷ്ടിക്കപ്പെടേണ്ടതായാണ് ഇരിക്കുന്നത്. പാരുഷ്യവും രോഷവും കലാപവുമെല്ലാം ഉൾച്ചേരുന്ന പാശ്ചാത്യ പോപ് കൾച്ചറിന്റെ ഒരു നിലവാരത്തിലേക്ക് ഉയരുവാൻ നമ്മുടെ ജനകീയ സംഗീതത്തിന് ഇനിയും ഒരുപാടു വഴി താണ്ടേണ്ടതായി ഇരിക്കുന്നു. 'വോ കോൻ ഥീ, മേരാ സായാ, തീസ്രീ കസം, പ്യാസ, റസിയ സുൽത്താൻ, രുദാലി, ആപ് കി കസം' തുടങ്ങിയ സാധാരണവും അസാധാരണവുമായ ചലച്ചിത്രങ്ങളിലൂടെ, അവയിലെ ഗാനങ്ങളുടെ ചാരുതയിലൂടെ അതു വഴി സിനിമയും പാട്ടും തമ്മിലുള്ള ഇഴയടുപ്പത്തെപ്പറ്റി ഇത്രയെറെ നമ്മെ ഉണർത്തിയെടുക്കുന്ന മറ്റൊരു പുസ്തകവും കണ്ടതായി ഞാനോർക്കുന്നില്ല.

ഓരോ ലേഖനവും ഇഴപേർത്ത് വിശദീകരിക്കുവാൻ ഈ കുറിപ്പിന്റെ സ്ഥലപരിമിതി അനുവദിക്കുന്നില്ല. എം.ടി.യുടെ കഥയ്ക്ക് എ. വിൻസെന്റ് ചലച്ചിത്രഭാഷ്യം നൽകിയ നഗരമേ നന്ദി എന്ന മലയാളത്തിലെ ആദ്യത്തെ മെട്രോ സിനിമയുടെ കൊള്ളാവുന്ന പ്രിന്റുകളൊന്നും ലഭ്യമല്ല എന്നാണ് അറിവ്. എന്നാൽ, നിത്യസുന്ദരമായി, സജീവമായി മലയാളിയുടെ മനസ്സിൽ നിറഞ്ഞു നിൽക്കുന്ന അതിലെ ഗാനങ്ങൾ ആ ചിത്രത്തിന്റെ അഭാവത്തിലും പകരം നിൽക്കുന്ന ഒരു അപൂർവ്വതയാണ്. അതിലെ മലയാളിത്തം തികഞ്ഞ പാട്ടുകൾക്ക് മരണമില്ല. ആ പാട്ടുകൾ ഇല്ലായിരുന്നെങ്കിൽ അങ്ങനെയൊരു സിനിമയുടെ അസ്തിത്വം തന്നെയും വിസ്മൃതമായേനേ എന്ന അറിവ് സിനിമയിൽ പാട്ടുകൾക്കെന്തു പ്രസക്തി എന്നു ചിന്തിച്ചിരിക്കുന്നവർക്ക് ഉപകാരപ്പെട്ടേക്കാം.

സിനിമയെ സംബന്ധിച്ചിടത്തോളം ഒരിക്കലും പരാമർശിക്കപ്പെടാറേ ഇല്ലാത്ത, എന്നാൽ സിനിമ എന്ന ഉൽപ്പന്നത്തിന്റെ ഭൗതികമായ നിർമ്മിതിയിൽ ഏറ്റവും പ്രാധാന്യമുള്ള പ്രൊഡ്യൂസർ അഥവാ നിർമ്മാതാവ് ഇതുപോലൊരു ഗൗരവമുള്ള ഗ്രന്ഥത്തിൽ പുരസ്കരിക്കപ്പെടുന്നത് കേവല കൗതുകമുണർത്തുന്ന ഒരു സംഗതി മാത്രമല്ല. അത്

തുടക്കത്തിൽ പറഞ്ഞതുപോലെ കലർപ്പുകളും മുൻവിധികളും കലരാത്ത നേരെഴുത്തിന്റെ വലിപ്പം എടുത്തുകാണിക്കുന്ന ഒന്നാണ്.

നഷ്ടങ്ങളേറെ സഹിച്ച് മികച്ച ഗാനങ്ങളുൾപ്പെടുത്തി മികച്ച ചിത്രങ്ങൾ നിർമ്മിച്ച ശോഭന പരമേശ്വരൻ നായർ എന്ന ആദരണീയനായ സിനിമാ നിർമ്മാതാവിനെ ഓർമ്മിക്കുന്നു എന്നത് ഈ പുസ്തകത്തിന്റെ മറ്റൊരു ധന്യതയാണ്. കാഴ്ചയുടെയും കേൾവിയുടെയും വായനയുടെയും അറിവിന്റെയും വിപുലമായ സംസ്കാരവും കവിമനസ്സും സംഗീതവാസനയുമുള്ള എന്റെ പ്രിയ സുഹൃത്തിന്റെ ഈ പുസ്തകം സുമനസ്സുകൾക്കു മുന്നിലേക്ക് നീട്ടുകയാണ്. സന്തോഷത്തോടെ, അതോടൊപ്പം പരിമിത വിഭവനായ എന്നിൽ ഈ ഭാരിച്ച ഉത്തരവാദിത്തം അർപ്പിച്ചതിലെ അത്ഭുതത്തോടെ.

■

പൂനിലാവിൻ മണിയറ

ഓരോ പാട്ടും തലയ്ക്കു പിടിക്കുന്നതും ഒഴിയാബാധപോലെ കൂടെക്കൂടുന്നതും ഓരോ വിധത്തിലാണ്. കവിത തുളുമ്പുന്ന ഒരു വരി. അല്ലെങ്കിൽ ഈണത്തിലെ അപ്രതീക്ഷിതമായ ഒരു വഴിമാറി സഞ്ചാരം. പാട്ടു തന്നെയായി മാറുന്ന ചില പാട്ടുകാരുടെ ആലാപന സൗകുമാര്യം. അങ്ങനെ പലതുമാകാം കാരണങ്ങൾ. ഏതായാലും വല്ലാതെ തലയ്ക്കു പിടിച്ച ഒരു പാട്ടിന്റെ കഥയാണ് പറയാൻ പോകുന്നത്.

പത്തു പതിനാറു വർഷങ്ങൾക്കു മുമ്പാണ്. തൃശ്ശൂർ പട്ടണത്തിലെ ഒരു ലോഡ്ജു മുറി. അന്തി മയങ്ങിയിരുന്നു. ഞങ്ങൾ കുറച്ചു സുഹൃത്തുക്കൾ ഒത്തു കൂടിയിരിക്കുകയാണ്. പാട്ടുകാരനും സംഗീത സംവിധായകനുമായ ഷഹബാസ് അമനാണ് ആ സന്ധ്യയിലെ മുഖ്യാതിഥി. അദ്ദേഹത്തിനു മുന്നിൽ ഒരു ഹാർമ്മോണിയവും ഉണ്ടായിരുന്നു. ഷഹബാസ് സിനിമയിൽ സജീവസാന്നിദ്ധ്യമാകുന്നതിനും മുമ്പായിരുന്നു അത്. പ്രിയനന്ദനന്റെ ഒരു സിനിമയ്ക്കു വേണ്ടി ഗാനങ്ങൾ ചിട്ടപ്പെടുത്തുകയായിരുന്നു ഷഹബാസ്.

(പൂർത്തിയാകാതെ പോയ ആ സിനിമയുടെ പേര് 'അതു മന്ദാര പ്പൂവല്ല' എന്നായിരുന്നു. എം ടി വാസുദേവൻ നായരുടെ 'അജ്ഞാതന്റെ ഉയരാത്ത സ്മാരകം' എന്ന കഥയിലെ നായിക യശോധരയുടെ യഥാർത്ഥജീവിതത്തെ വി കെ ശ്രീരാമൻ അദ്ദേഹത്തിന്റെ വേറിട്ട കാഴ്ചകൾ എന്ന ടെലിവിഷൻ പരിപാടിയിൽ ആവിഷ്കരിച്ചതിൽ നിന്നാണ് പ്രിയൻ തന്റെ സിനിമയ്ക്കു പ്രമേയം കണ്ടെത്തിയത്. നിർഭാഗ്യവശാൽ അല്പദിവസങ്ങൾ മാത്രം നീണ്ട ചിത്രീകരണത്തിനുശേഷം ആ സിനിമ നിലച്ചുപോയി.)

ആ രാത്രിയിൽ ഷഹബാസ് ഒരു പാട്ടു പാടി.

> ഈ പുഴയും സന്ധ്യകളും
> നീലമിഴിയിതളുകളും

ഓർമ്മകളിൽ പീലി നീർത്തി
ഓടിയെത്തുമ്പോൾ
പ്രണയിനി നിൻ സ്മൃതികൾ...

അതുവരെ നെഞ്ചേറ്റിനടന്ന എല്ലാ പ്രണയഗാനങ്ങളെയും ഒറ്റയടിക്കു തള്ളിപ്പറഞ്ഞ നിമിഷമായിരുന്നു അത്. അത്തരം ചില നിമിഷങ്ങളെ വിവരിക്കാനും അങ്ങനെയുള്ള അനുഭൂതികളെ ആവിഷ്കരിക്കാനും എന്റെ പരിമിതമായ ഭാഷ മതിയാകില്ല. ഏതായാലും എന്റെ നാട്ടിൻപുറത്തിനെ അതിരിട്ടൊഴുകുന്ന പുഴയും അതിന്റെ തീരത്തെ ഹ്ലാദവിഷാദങ്ങൾ പകർന്ന സന്ധ്യകളും ഓർമ്മകളിലേക്ക് ഓടിയെത്തി.

യശശ്ശരീരനായ മുല്ലനേഴി മാഷ് എഴുതിയ വരികളിൽ നിന്ന് ഷഹബാസ് ഒരുക്കിയ ഈ കാല്പനികഗാനം മലയാളികൾ കേട്ടത് രഞ്ജിത് സംവിധാനം ചെയ്ത 'ഇൻഡ്യൻ റുപ്പി' എന്ന സിനിമയിലാണ് – വിജയ് യേശുദാസിന്റെ ശബ്ദത്തിൽ. ആ സിനിമ പുറത്തുവരുന്നത് ഈ പാട്ട് പിറവിയെടുത്ത് ഏഴുവർഷമെങ്കിലും കഴിഞ്ഞാണ്.

തൃശ്ശൂരിലെ ആ ഹോട്ടൽ മുറിയിൽ വച്ചു മനസ്സിൽ പതിഞ്ഞ ഈ പാട്ട് പിന്നീട് എന്നെ വിട്ടുപോയതേയില്ല. വല്ലാത്തൊരു നാടകീയതയുണ്ടായിരുന്നു അതിന്റെ ഈണത്തിന്. ''ഈണത്തിന്റെ നാടകീയത'' എന്ന് പറയുന്നത് ശരിയാണോ? അറിയില്ല. പല്ലവിയിൽ,

ഈ പുഴയും സന്ധ്യകളും
നീലമിഴിയിതളുകളും
ഓർമ്മകളിൽ പീലി നീർത്തി
ഓടിയെത്തുമ്പോൾ...

ഇത്രയും പാടിയതിനു ശേഷം ഷഹബാസ് സവിശേഷമായ ഒരു നിശ്ശബ്ദത സൃഷ്ടിക്കുന്നു. അതിനുശേഷം തുടരുന്നു.

പ്രണയിനി നിൻ സ്മൃതികൾ...

ഇതിനെ 'പാട്ടിലെ നാടകീയത' എന്നു വിശേഷിപ്പിക്കുന്നതിൽ തെറ്റില്ലെന്നു തോന്നുന്നു. 'ഇൻഡ്യൻ റുപ്പി' എന്ന സിനിമയിൽ ഗാനം ആവിഷ്കരിച്ചപ്പോൾ രഞ്ജിത്തും ഈ നാടകീയത കണ്ടെത്തിയിരുന്നു. ''ഓർമ്മകളിൽ പീലി നീർത്തി ഓടിയെത്തുമ്പോൾ'' എന്നു പാടിയതിനു ശേഷം പൃഥിരാജിന്റെ കഥാപാത്രം പാട്ടു നിർത്തി മൈക്ക് തിരിച്ചേൽപിച്ച് മുന്നോട്ടു നീങ്ങുന്നു. മനോഹരമായി തുടങ്ങിയ

പാട്ടു നിലച്ചല്ലോ എന്ന് കേൾവിക്കാർ സങ്കടപ്പെടുമ്പോൾ സദസ്സിലുള്ള തന്റെ കാമുകിയെ നോക്കി അയാൾ പാടുന്നു.

പ്രണയിനി നിൻ സ്മൃതികൾ...

ഗംഭീരമായ ഈ സിനിമാറ്റിക് നാടകീയതയേക്കാൾ വാദ്യവൃന്ദത്തിന്റെ അകമ്പടിയോടെയല്ലാതെ ഒരു പാട്ട് ആദ്യമായി സംഗീത സംവിധായകന്റെ ശബ്ദത്തിൽത്തന്നെ പാടിക്കേൾക്കാനുണ്ടായ ഭാഗ്യത്തെയാണ് ഞാൻ ഹൃദയത്തിൽ സൂക്ഷിക്കുന്നത്. തുടക്കത്തിൽ അനുഭവിപ്പിച്ച പ്രണയമധുരിമ അനുപല്ലവിയിൽ ഇരട്ടിമധുരമാക്കുകയാണ് മുല്ലനേഴിയും ഷഹബാസും.

പ്രണയിനിയുടെ ചുണ്ടുകൾ ചുംബനം കൊതിക്കവേ
ചന്ദ്രലേഖ മുകിലിനോടെന്തു ചൊല്ലിയറിയുമോ
പൂനിലാവിൻ മണിയറ
സഖികളായി താരവൃന്ദമാകവേ പകർന്നു തന്ന
ലയലഹരി മറക്കുമോ - ഹാ
ലയലഹരി മറക്കുമോ
പുലരിയിൽ നിൻ മുഖം തുടുതുടുത്തതെന്തിനോ?

''പൂനിലാവിൻ മണിയറ'' എന്ന മുല്ലനേഴിയുടെ അനുപമമായ പ്രയോഗത്തിന് ഈണം കൊണ്ട് അടിവരയിടുമ്പോലെ ഒരു വേറിട്ട സ്ഥായിയിലാണ് ആ രാത്രിയിൽ ഷഹബാസ് പാടിയത്. പൂനിലാവിന്റെ ആ മണിയറ തന്നെയാണ് എന്നെ ഈ പാട്ടിന്റെ ആരാധകനാക്കിയതും. ഈണങ്ങളുടെ പലതരത്തിലുള്ള പ്രയോഗങ്ങൾകൊണ്ട് പരീക്ഷണം നടത്തുന്നയാളാണ് ഷഹബാസ്. അതുകൊണ്ട് ഈ അനുപല്ലവി അല്പം പാശ്ചാത്യസംഗീത സ്പർശത്തോടെയും അദ്ദേഹം ചിട്ടപ്പെടുത്തിയിട്ടുണ്ട്. ആ ഈണത്തിൽ കേൾക്കുമ്പോഴും മുല്ലൻ മാഷുടെ പൂനിലാവിൻ മണിയറയ്ക്ക് സുഗന്ധമൊട്ടും ചോർന്നിട്ടില്ല.

ചരണത്തിലെത്തുമ്പോൾ പാട്ടിൽ അല്പം വിഷാദം കലരുന്നു.

എത്രയെത്ര രാവുകൾ
മുത്തണിക്കിനാവുകൾ
പൂത്തുലഞ്ഞ നാളുകൾ
മങ്ങി മാഞ്ഞു പോകുമോ
പ്രേമഗഗന സീമയിൽ കിളികളായി
മോഹമെന്ന ചിറകിൽ നാം പറന്നകന്ന
കാലവും കൊഴിഞ്ഞുവോ - ആ

സ്വപ്നവും പൊലിഞ്ഞുവോ
കണ്ണുനീർപ്പൂവുമായ് ഇവിടെ ഞാൻ മാത്രമായ്

ആറ്റൂർ കവിത കടമെടുത്തു പറഞ്ഞാൽ ഒരു ''പോയ മധുവിധുക്കാല''ത്തിന്റെ ഓർമ്മകളാണിത്. വീണ്ടും പ്രണയിനിയുടെ സ്മൃതികളിലേക്കെത്തുമ്പോൾ അനുരാഗവസന്തം തളിർക്കുകയായി.

യഥാർത്ഥത്തിൽ 'അതു മന്ദാരപ്പൂവല്ല' എന്ന പിറക്കാതെപോയ സിനിമയുമായോ അതിനാസ്പദമായ എം ടി യുടെ കഥയുമായോ ഈ പാട്ടിന് ഒരു ബന്ധവുമില്ല. അതിലെ മറ്റു ഗാനങ്ങൾ എഴുതിയത് റഫീഖ് അഹമ്മദാണ്. ഓർമ്മയിൽ പച്ചപിടിച്ചുനിൽക്കുന്നത് റഫീഖിന്റെ ഈ വരികളാണ്.

ഏകാന്തസന്ധ്യയിൽ പൂത്തുവിടർന്നത്
മന്ദാരപ്പൂവായിരുന്നു-അത്
മന്ദാരപ്പൂവായിരുന്നു
മന്ദാരമല്ലതെന്നശ്രു വീണിടറിയ
നിർമ്മാല്യപ്പൂവായിരുന്നു.
നിർമ്മാല്യപ്പൂവായിരുന്നു..
കരവീരകം പൂത്ത തൊടിയിലൊരാഞ്ഞിലി
മറവിൽ നീ നിന്നിരുന്നു
കരിയില മൂടിയ കാവിലിലഞ്ഞി തൻ
തണലിലും വന്നിരുന്നു.

സിനിമയിലെ എല്ലാ ഗാനങ്ങളും ചേർത്ത് ഒരു ഓഡിയോ സി ഡി പുറത്തിറക്കാൻ തീരുമാനമെടുത്തപ്പോൾ ഒരു ഫില്ലർ സോങ് കൂടി ഉണ്ടായാൽ നന്നെന്നു തോന്നി. അതിനു പറ്റിയ ഒരീണം ഷഹബാസിന്റെ പക്കലുണ്ടായിരുന്നു. എങ്കിൽപ്പിന്നെ ആ പാട്ട് മുല്ലനേഴി മാഷ് തന്നെ എഴുതട്ടെ എന്നു തീരുമാനമായി. ട്യൂൺ കിട്ടിയ അന്നു തന്നെ മാഷ് വരികളെഴുതി. അങ്ങനെയാണ് ഈ ''പുഴയും സന്ധ്യകളും'' പിറവിയെടുത്തത്. സിനിമ നടക്കാതെ പോയെങ്കിലും ഈ പാട്ട് കാലത്തെ അതിജീവിച്ചു. ഷഹബാസിൽ നിന്ന് നേരിട്ടു കേട്ടതിന്റെ ഓർമ്മയിൽ കുറേക്കാലം ഞാൻ ആ പാട്ടു പാടി നടക്കുമായിരുന്നു - ചില സുഹൃദ് സദസ്സുകളിൽ മാത്രം. പലർക്കും അതിഷ്ടമായി. കാരണം എനിക്ക് സംഗീതം കാര്യമായറിയില്ല. അതുകൊണ്ട് ഓരോ സമയത്തും ഓരോ തരത്തിൽ പാടി. അങ്ങനെ വളരെ പരിമിതമായ സുഹൃദ് വലയത്തിനുള്ളിൽ കുറച്ചുനാൾ ഇത് എന്റെ പാട്ടായി അറിയപ്പെട്ടു. അത് ഒരു സ്വകാര്യ അഹങ്കാരം.

പിന്നീട് ഒരു യാത്രയ്ക്കിടയിൽ ഷഹബാസിൽ നിന്ന് ഈ പാട്ടു കേൾക്കുകയും അതിന്റെ ചരിത്രമറിയുകയും ചെയ്തപ്പോൾ തന്റെ സിനിമയിൽ അതുൾപ്പെടുത്താൻ രഞ്ജിത് തീരുമാനിക്കുകയായിരുന്നു. പ്രിയനന്ദനന്റെയും മുല്ലനേഴിമാഷുടെയും സമ്മതത്തോടെ ആ പാട്ട് 'ഇൻഡ്യൻ റുപ്പി'യുടെ ഭാഗമായി. പാട്ടിനോ റൊമാൻസിനോ അത്ര വലിയ പ്രാധാന്യമില്ലാത്ത ആ സിനിമയിൽ ''ഈ പുഴയും സന്ധ്യ കളും'' വേറിട്ടു നിന്നു.

പാട്ട് സിനിമയിലൂടെ പ്രശസ്തമായിത്തുടങ്ങിയ അക്കാല ത്തൊരിക്കൽ എറണാകുളത്തെ ഒരു ഹോട്ടൽ മുറിയിൽ വച്ച് നടനും നിർമ്മാതാവുമായ പ്രകാശ് ബാരെയെ കണ്ടു. വാതിൽ തുറന്നു മുറിയിൽ കടന്നയുടൻ പൊട്ടിച്ചിരിച്ചു കൊണ്ട് പ്രകാശ് പറഞ്ഞു - ''നിന്റെ പാട്ടു പോയല്ലോടാ...'' ആ ചിരിയിൽ പങ്കുചേരുമ്പോൾ മനസ്സു പറഞ്ഞു - പാട്ടു പോകുക തന്നെയാണ്.. കൂടുതൽ കൂടുതൽ ആസ്വാദകരിലേക്ക്.. ചരിത്രത്തിലേക്ക്. അതാണ് നല്ല കലാസൃഷ്ടി കളുടെ അനിവാര്യമായ പരിണതി. കാലദേശങ്ങൾക്കപ്പുറത്തേക്ക് അവ പറന്നുയർന്നു പോകും.

ഓർമ്മകളുടെ പൂനിലാവിൻ മണിയറ ഒരിക്കൽക്കൂടി തുറന്നിടട്ടെ...

■

ഒരു കുടക്കീഴിൽ പാതി നനഞ്ഞും നനയാതെയും

മധുവിധുനാളുകളിലെ ഉല്ലാസയാത്ര കഴിഞ്ഞ് രാത്രി വീട്ടിൽ മടങ്ങിയെത്തിയ മഹേന്ദറിനും സുധയ്ക്കും ഒരു ടെലിഗ്രാം ലഭിക്കുന്നു. ടെലിഗ്രാമിന്റെ രൂപത്തിലുള്ള ഒരു നീണ്ട കത്തായിരുന്നു അത്.

''ആരുടെയാണിത്?'' ആകാംക്ഷയോടെ സുധ ചോദിച്ചു.

''മായയുടെ... അവളുടെ എന്തൊക്കെയോ സാധനങ്ങൾ കൂടി ഇവിടെ ബാക്കിയുണ്ട്. അതും അയച്ചുകൊടുക്കണമെന്ന്.''

''ഇനിയെന്താ ബാക്കിയുള്ളത്? എനിക്കറിയില്ല.''

''ദാ, നീ വായിച്ചു നോക്ക്.''

''വേണ്ട, നിങ്ങൾ വായിച്ചു കേൾപ്പിച്ചാൽ മതി.''

അയാൾ കത്തിലെ ഒരു വരി വായിച്ചു. അതിലെ നിഷ്കളങ്കത സുധ ആസ്വദിച്ചു. ബാക്കി വായിച്ചു കേൾക്കാൻ അവൾ ആകാംക്ഷ പൂണ്ടു.

''നനവുള്ള കുറേ മഴക്കാലദിവസങ്ങൾ. ഞാനെഴുതിയ കത്തിൽ പൊതിഞ്ഞു വച്ചിരുന്ന ഒരു രാത്രി... അതൊക്കെ അവിടെക്കിടപ്പുണ്ട്.. ഇനിയുമുണ്ട്, കുറേ സാധനങ്ങൾ കൂടി.. അതൊക്കെ തിരിച്ചയച്ചേക്കൂ. കൊഴിഞ്ഞ ഇലകളുടെ നിശ്വാസശബ്ദങ്ങൾ കാതിലണിഞ്ഞാണ് ഒരിക്കൽ ഞാനവിടെ നിന്നു പോന്നത്. ഇല കൊഴിഞ്ഞ ആ മരക്കൊമ്പ് ഇപ്പോഴുമവിടെ വിറയാർന്നു നിൽപുണ്ട്. നിലാവണിഞ്ഞ നൂറ്റിപ്പതിനാറു രാവുകൾ. നിന്റെ ചുമലിലെ ആ മറുക്. ഈറൻ മൈലാഞ്ചിയുടെ മണം. വെറുംവാക്കുകളായിപ്പോയ കുറേ വാഗ്ദാനങ്ങൾ.''

ഹിന്ദി സിനിമയിലെ ഏക്കാലത്തെയും മികച്ച ഒരു പ്രണയഗാനത്തിലേക്കുള്ള പ്രവേശികയാണിത്. ആദർശാത്മക പ്രണയത്തെ കവിത തുളുമ്പുന്ന വരികളിലൂടെ ആഘോഷിക്കാറുള്ള ഗുൽസാർ

തിരക്കഥയും സംഭാഷണവുമെഴുതി സംവിധാനം ചെയ്ത 'ഇജാസത്' (1988) എന്ന ചിത്രത്തിൽ അദ്ദേഹം തന്നെ എഴുതി ആർ ഡി ബർമ്മൻ ഈണം പകർന്ന് ആശാ ഭോസ്‌ലേ പാടിയ ഗാനം.

'''മേരാ കുഛ് സാമാൻ തുമാരേ പാസ് പഡാ ഹേ...''

(എന്റെ കുറച്ചു സാധനങ്ങൾ നിങ്ങളുടെ പക്കലുണ്ട്.)

എത്രമേൽ ഊഷരവും അകാല്പനികവുമായ തുടക്കം. ആർ ഡി ബർമ്മൻ ഈ പാട്ടിനെ ആദ്യം 'ലഗേജ് സോങ്' എന്നു കളിയാക്കി വിളിച്ചു. ഇങ്ങനെ പോയാൽ ടൈംസ് ഓഫ് ഇൻഡ്യ പത്രത്തിന്റെ ആദ്യപേജിലെ വാർത്ത എടുത്ത് ട്യൂൺ ചെയ്യാൻ തരാനും ഗുൽസാർ മടിക്കില്ലെന്ന് അദ്ദേഹം തമാശ പറഞ്ഞു. പക്ഷേ, രണ്ടാമത്തെ വരി മുതൽ കവിത തുളുമ്പുന്ന ബിംബങ്ങളുടെ കുത്തൊഴുക്കാവുകയാണ് ഗുൽസാറിന്റെ ഭാവനാനദി.

ടെലിഗ്രാമിലൂടെ കവിതാരൂപത്തിൽ കത്തെഴുതിയ മായ എന്ന പെൺകുട്ടി മഹേന്ദറും സുധയും കൂടി ഉൾപ്പെടുന്ന ത്രികോണ പ്രണയബന്ധത്തിലെ ദുരന്തസാന്നിദ്ധ്യമാണ്. ജീവിച്ചിരിക്കുന്ന ഒരേയൊരു രക്തബന്ധുവായ മുത്തച്ഛന്റെ ആഗ്രഹപ്രകാരം സുധയെ വിവാഹം ചെയ്യാൻ നിർബ്ബന്ധിതനായ മഹേന്ദർ അതിനു മുമ്പ് മായയുമായി ഒരു ലിവിങ് ടുഗെദർ ബന്ധത്തിലായിരുന്നു. അയാൾ സുധയെ വിവാഹം ചെയ്യുമെന്നറിഞ്ഞിട്ടാകണം ഒന്നും പറയാതെ മായ എവിടേയ്ക്കോ പോയി. അങ്ങനെ 'മായ പോലെ' അപ്രത്യക്ഷയാകുക എന്നതായിരുന്നു അവളുടെ സ്വഭാവം. പ്രണയത്തിനപ്പുറമുള്ള ഒരു കരുതൽ മഹേന്ദറിന് മായയോടുണ്ടായിരുന്നു. ചിലപ്പോൾ അവൾ പ്രായത്തിന്റെ പക്വത കാണിക്കാതെ ചപലയായി പെരുമാറി. ചിലപ്പോൾ ദാർശനികമാനങ്ങളുള്ള കവിതകളെഴുതി. തകർന്ന ദാമ്പത്യം വെറുതെ നിലനിർത്താൻ വേണ്ടി മാത്രം ഒരുമിച്ചു ജീവിക്കുന്നവരായിരുന്നു അവളുടെ മാതാപിതാക്കൾ.. വിഷാദരോഗത്തിന്റെ ഇരുധ്രുവങ്ങളിൽ പെൻഡുലം പോലെ ആടിക്കൊണ്ടിരുന്ന ജീവിതമായിരുന്നു അവളുടേത്. മഹേന്ദറിനെ വിവാഹം ചെയ്താൽപ്പോലും സ്ഥായിയായ ഒരു ബന്ധം നിലനിർത്താനാകില്ലെന്ന് തോന്നിയതുകൊണ്ടാകാം മായ അയാളെ വിട്ടുപോയത്.

പക്ഷേ മായയുടെ അദൃശ്യസാന്നിദ്ധ്യം മഹേന്ദറിന്റെ വീട്ടിലെങ്ങും സുധ അനുഭവിച്ചു.

ഭർത്താവിനെയും ഒരിക്കൽ അയാളുടെ കാമുകിയുടെ കൂടി സാമ്രാജ്യമായിരുന്ന വീടിനെയും പൂർണ്ണമായി സ്വന്തമാക്കാൻ സുധയ്ക്ക് പലതും തുടച്ചുനീക്കേണ്ടിയിരുന്നു. മായയുടെ ഷാൾ, സൺഗ്ലാസ്, അവളെഴുതിയ കത്തുകൾ... അങ്ങനെ പലതും. മരിച്ചുപോയ

കുഞ്ഞുങ്ങളുടെ കുട്ടിയുടുപ്പുകളും കളിപ്പാട്ടങ്ങളുംപോലെ മായയുടെ നിഷ്കളങ്കമായ ശേഷിപ്പുകൾ ആ വീട്ടിലെങ്ങും തങ്ങിനിന്നിരുന്നു. മായയെ മറക്കാനായിരുന്നു മഹേന്ദറിന്റെയും ശ്രമം. മായയുടെ സാധനങ്ങളെല്ലാം പായ്ക്ക് ചെയ്ത് അയാൾ അവൾക്കയച്ചു കൊടുത്തു. അതിനുള്ള അവളുടെ മറുപടിയായിരുന്നു, ടെലിഗ്രാമിന്റെ രൂപത്തിലുള്ള ആ കത്ത്.

ഏക് സൗ സോലഹ് ചാന്ദ് കി രാതേം,
ഏക് തുമാരീ കാന്ധേ കാ തിൽ
ഗീലി മെഹ്ന്ദി കീ ഖുശ്ബു, ഝൂട് മൂട്കേ ശിക്‌വേ കുഛ്
ഝൂട് മൂട് കേ വാദേ ഭീ സബ് യാദ് കരാ ദോ
സബ് ഭിജ്‌വാ ദോ, മേരാ വോ സാമാൻ ലൗടാ ദോ

നിലാരാത്രികളെയും അയാളുടെ ചുമലിലെ മറുകിനെയും മൈലാഞ്ചി മണത്തെയും പാഴായ പ്രണയവാഗ്ദാനങ്ങളെയും കുറിച്ച് കേട്ടതോടെ സുധ തേങ്ങിപ്പോയി. മഹേന്ദറിന്റെ ചുമലിൽ മുഖമമർത്തിക്കൊണ്ട് അവൾ പറഞ്ഞു. ‘‘അതൊന്നും തിരിച്ചയയ്ക്കണ്ടായിരുന്നു. മായ എപ്പോഴും ഇവിടെത്തന്നെയുണ്ട്. പിന്നെ അവളുടെ സാധനങ്ങൾ കൊടുത്തയയ്ക്കുന്നതിൽ എന്തർത്ഥം?’’

വിട്ടുപോകണമെന്നാഗ്രഹിച്ചിട്ടും അടരാനാകാതെ നിൽക്കുന്ന മായയുടെ പ്രണയം സുധയ്ക്കാണ് കൂടുതൽ മനസ്സിലായത്. മറ്റൊരാളുമായി പങ്കിട്ടുപോകുന്ന പ്രണയം വേദനയാണ്.

ഏക് അകേലി ഛത്രീ മേ ജബ് ആധേ ആധേ ഭീഗ് രഹേ ഥേ
ആധേ സൂഖേ ആധേ ഗീലേ സൂഖാ തോ മേ ലേ ആയീ ഥീ
ഗീലാ മന് ശായദ് ബിസ്തർ കേ പാസ് പഡാ ഹോ
വോ ഭിജ്‌വാ ദോ, മേരാ വോ സാമാൻ ലൗടാ ദോ

‘‘ഒരു കുടക്കീഴിൽ പാതി നനഞ്ഞും പാതി നനയാതെയും നമ്മൾ നടന്നിട്ടുണ്ട്. നനവേൽക്കാത്ത പകുതി ഞാൻ കൂടെക്കൊണ്ടുപോന്നു. കണ്ണീരിൽ നനഞ്ഞ ഒരു മനസ്സ് കിടയ്ക്കക്കരികിൽ കണ്ടേക്കും. അതും കൊടുത്തയച്ചേക്കൂ. എന്റെ സാധനങ്ങൾക്കൊപ്പം.’’

മായയുടെ കത്തിലെ ഈ വരികളിൽ മഹേന്ദറുമായി അവൾക്കുണ്ടായിരുന്ന ശാരീരികബന്ധത്തിന്റെ സൂചനകളുമുണ്ട്. എന്നിട്ടും സുധ ആ ദാമ്പത്യം തുടരാനാഗ്രഹിച്ചു. മായ എഴുപതുകളിലെയും എൺപതുകളിലെയും മുക്തയുവത്വത്തിന്റെ പ്രതീകമാണ്. മഹേന്ദർ പുരോഗമനചിന്താഗതിക്കാരനാണെങ്കിലും പിതൃദായക്രമത്തിന്റെ സന്തതിയായ ബ്രാഹ്മണയുവാവാണ്. സുധയാകട്ടെ, പുരുഷാധിപത്യ വ്യവസ്ഥയുടെ അടിമയായ ഒരു സാധാരണ ഭാര്യയും. സുധയുടെ

വിഷാദഗീതത്തെ ഗുൽസാർ ആവിഷ്കരിക്കുമ്പോഴും അവളുടെ ഈ മാനസികാവസ്ഥ പ്രകടമാണ്.

ഖാലി ഹാഥ് ശാം ആയി ഹേ, ഖാലി ഹാഥ് ജായേഗീ

(ഒഴിഞ്ഞ കയ്യുമായി വരുന്നു സായന്തനം, ഒഴിഞ്ഞ കയ്യുമായ് മടങ്ങിപ്പോകുന്നു.)

പിന്നീട് ആത്മഹത്യയ്ക്കു ശ്രമിച്ച മായയെ സഹായിക്കാനൊരുമ്പെടുന്ന മഹേന്ദറിന്റെ ജീവിതത്തിൽ നിന്ന് സുധ ഒഴിഞ്ഞ കയ്യോടെ ഇറങ്ങിപ്പോകുന്നു; മായയോടൊപ്പം ജീവിക്കാൻ അയാൾക്ക് അനുവാദം കൊടുത്തുകൊണ്ട്. താമസിയാതെ മായയെയും അയാൾക്ക് നഷ്ടമാകുന്നു. അഞ്ചു വർഷങ്ങൾക്കു ശേഷം കനത്ത മഴയുള്ള ഒരു പാതിരാത്രിയിൽ ആളൊഴിഞ്ഞ റെയിൽവേ സ്റ്റേഷനിലെ കാത്തിരിപ്പു മുറിയിൽ ആകസ്മികമായി കണ്ടുമുട്ടുന്ന മഹേന്ദറിന്റെയും സുധയുടെയും ഓർമ്മകളിലൂടെയാണ് അവരുടെ ഭൂതകാലമത്രയും വെളിപ്പെടുന്നത്.

അവരൊന്നിച്ചു ജീവിച്ചിരുന്ന അതേ നഗരത്തിൽ, അതേ തെരുവിൽ, അതേ വീട്ടിലാണ് അയാളപ്പോഴും താമസിച്ചിരുന്നത്. സുധ വിവാഹിതയായി മറ്റൊരു പട്ടണത്തിലും. എങ്കിലും ആ രാത്രിയിൽ, ഭർത്താവിനെ മറ്റാർക്കും വിട്ടുകൊടുക്കാൻ ഇഷ്ടമില്ലാത്ത ഒരു ഭാര്യയുടെ അവകാശത്തോടെ ഇടയ്ക്കെങ്കിലും സുധ പെരുമാറിപ്പോകുന്നുണ്ട്. ഒരു കൗമാരക്കാരനെപ്പോലെ അശ്രദ്ധയും പിടിവാശികളും പൊട്ടിത്തെറികളും നിറഞ്ഞ പെരുമാറ്റം അയാളെയും വിട്ടു പോയിരുന്നില്ല. മഴയേറിയപ്പോൾ വൈദ്യുതി നിലച്ച നേരം അശ്രദ്ധമായി നടന്ന സുധയുടെ മുട്ടിന് മുറിവേൽക്കുന്നു. ഒരു നിമിഷം, പോയ ദാമ്പത്യകാലത്തിലെന്ന പോലെ അയാൾ അവളെ ശാസിക്കുന്നു. പിന്നെ മാപ്പു ചോദിക്കുന്നു:

''കാലമിത്ര കഴിഞ്ഞിട്ടും പഴയ സ്വഭാവം മാറിയില്ല, ക്ഷമിക്കണം.''

''ശീലങ്ങൾ മാറിയേക്കും, പക്ഷേ, അവകാശങ്ങൾ ഇല്ലാതാകുന്നില്ലല്ലോ,'' എന്നാണ് സുധയുടെ മറുപടി.

ഓർമ്മകളുടെ കുരുക്കുകളിൽ അവർ വീണ്ടും വീണ്ടും അകപ്പെട്ടുകൊണ്ടിരിക്കേ സുധയുടെ ഭർത്താവ് അവിടെയെത്തുന്നു. അയാൾക്കൊപ്പം പോകുന്നതിനു മുമ്പ് കാലിൽ തൊട്ടു വന്ദിച്ച് സുധ മഹേന്ദറിനോട് യാത്ര ചോദിക്കുന്നു. യാഥാസ്ഥിതികാചാരമനുസരിച്ചുള്ള അത്തരമൊരു യാത്രചോദിക്കലോ അനുവാദമോ ഇല്ലാതെയാണ് അഞ്ചു വർഷം മുമ്പ് അവൾ അയാളെ വിട്ടു പോയത്; നിയമപരമായ വിവാഹമോചനം നടന്നുകഴിഞ്ഞെങ്കിലും. 'ഇജാസത്' എന്ന

വാക്കിന് അനുവാദം എന്നാണർത്ഥം. ഓർമ്മകളിൽ നിന്നു മോചനം നേടാനുള്ള അനുവാദമായിരിക്കാം അത്. കാലമാണ് മുറിഞ്ഞു പോകുന്ന ബന്ധങ്ങളെക്കുറിച്ചുള്ള ഈ സിനിമയിലെ വില്ലൻ കഥാപാത്രം. ഓർമ്മകളിലൂടെ പിന്തുടർന്ന് ബന്ധങ്ങളുടെ ഗതകാലമാധുര്യങ്ങളെ വീണ്ടുമോർമ്മിപ്പിച്ച് കാലം മനുഷ്യരെ നൊമ്പരപ്പെടുത്തിക്കൊണ്ടിരിക്കും.

മായ അന്നെഴുതിയ ടെലിഗ്രാം കത്തിന്റെ അവസാനഭാഗം ഇങ്ങനെയായിരുന്നു.

സബ് ഭിജ്വാ ദോ, മേരാ വോ സാമാൻ ലൗടാ ദോ
ഏക് ഇജാസത് ദേ ദോ ബസ് ജബ് ഇസ് കോ ദഫ്നാവൂംഗീ
മേ ഭി വഹീ സോ ജാവൂംഗീ
മേ ഭി വഹീ സോ ജാവൂംഗീ

എല്ലാം എനിക്കു തിരികെ വേണം.. എന്നിട്ട് ഓർമ്മകളെല്ലാം ഇവിടെ കുഴിച്ചു മൂടുമ്പോൾ..

അവയ്ക്കൊപ്പം ഉറങ്ങാൻ മാത്രം എന്നെ അനുവദിക്കൂ...

■

ഭഗ്നപ്രണയികളുടെ ദേശീയഗാനം

"of all the gin joints in all the towns in all the world...
she walks into mine..."

- റിക് ബ്ലെയ്ൻ (കാസാബ്ലാങ്ക)

1940ലെ വേനൽക്കാലം. പാരീസിലെ ലാ ബെൽ അറോർ എന്ന റെസ്റ്ററന്റിൽ ആഫ്രോ-അമേരിക്കൻ ഗായകൻ സാമിനോടൊത്ത് ഷാംപെയ്ൻ നുകരുകയാണ് റിക് എന്ന അമേരിക്കൻ യുവാവും അയാളുടെ ഫ്രഞ്ച് കാമുകി ഇൽസയും. അടുത്തിടെ പ്രണയബദ്ധരായ അവർക്കായി പിയാനോ വായിച്ചു പാടിക്കൊണ്ടിരിക്കുന്നു, സാം...

Moonlight and love songs
Are never out of date
Hearts full of passion
Jealousy and hate
Woman needs man, and man must have his mate
That no one can deny...

അനാദിയായ പ്രണയത്തെ വാഴ്ത്തുന്ന ഈ പാട്ടു കേൾക്കേ ഇൽസയുടെ കണ്ണുകളിൽ നൊമ്പരമൂറുന്ന മറ്റൊരനുരാഗത്തിന്റെ വിഷാദം നിറയുന്നു. അവരുടെ മാത്രമല്ല, ലോകത്തിന്റെയാകെ സ്നേഹസങ്കല്പങ്ങളെ ചാമ്പലാക്കാനുള്ള വ്യഗ്രതയോടെ ഫ്രാൻസിന്റെ ആകാശപഥങ്ങളിൽ അപ്പോഴേക്കും ജർമ്മൻ യുദ്ധവിമാനങ്ങൾ പറക്കാൻ തുടങ്ങിയിരുന്നു. പിറ്റേന്ന് നഗരത്തിലെത്തുന്ന നാസി സൈന്യത്തെ എങ്ങനെ എതിരേൽക്കണമെന്ന് ജർമ്മൻ പൊലീസുകാർ നഗരവാസികൾക്ക് നിർദ്ദേശം നൽകിക്കൊണ്ടിരുന്നു. സങ്കടം പുരണ്ട പുഞ്ചിരിയോടെ ഇൽസ പറഞ്ഞു: ''നമുക്കു ചുറ്റും ലോകം തകർന്നടിയുകയാണ്. പ്രേമിക്കാൻ പറ്റിയ സമയം തന്നെ.''

രണ്ടാം ലോകയുദ്ധത്തിന്റെ പശ്ചാത്തലത്തിൽ മൈക്കൽ കർട്ടീസ് സംവിധാനം ചെയ്ത 'കാസാബ്ലാങ്ക' (1942) എന്ന അമേരിക്കൻ ക്ലാസിക് സിനിമയിലെ ഹൃദയസ്പർശിയായ മുഹൂർത്തങ്ങളിലൊന്നാണിത്. മൊറോക്കോയിലെ കാസാബ്ലാങ്ക എന്ന തുറമുഖനഗരത്തിൽ ഈ കഥ പ്രതിഷ്ഠിച്ചതെന്തു കൊണ്ടാണെന്ന് സിനിമയുടെ തുടക്കത്തിൽ പറയുന്നുണ്ട്.

''രണ്ടാം ലോകയുദ്ധത്തിന്റെ വരവോടെ യൂറോപ്പിലെ നിരവധി നിർഭാഗ്യവാന്മാരുടെ നോട്ടം സ്വാതന്ത്ര്യത്തിന്റെ ശുദ്ധവായു നിറഞ്ഞ അമേരിക്കയിലേക്കു തിരിഞ്ഞു. ലിസ്ബണായിരുന്നു അമേരിക്കയിലേക്കുള്ള പ്രധാനകവാടം. പക്ഷേ, നേരിട്ടു ലിസ്ബണിലേക്കു കടക്കുക എല്ലാവർക്കും എളുപ്പമായിരുന്നില്ല. അങ്ങനെ ദുരിതപൂർണ്ണമായ വളഞ്ഞ വഴികളിലൂടെ യൂറോപ്പിൽ നിന്ന് അഭയാർത്ഥിപ്രവാഹം തുടങ്ങി. പാരീസിൽ നിന്ന് മാഴ്സെയിലേക്ക്. അവിടെ നിന്ന് മദ്ധ്യധരണ്യാഴി കടന്ന് അൾജീരിയൻ തുറമുഖപട്ടണമായ ഒറാനിലേക്ക്. പിന്നെ ആഫ്രിക്കൻ തീരത്തുകൂടി റോഡിലൂടെയോ റെയിൽ മാർഗ്ഗമോ കാൽനടയായോ ഫ്രഞ്ച് അധീനപ്രദേശമായ കാസാബ്ലാങ്കയിലേക്ക്. അവിടെയെത്തിയാൽ പണം കൊടുത്തോ ആരെയെങ്കിലും സ്വാധീനിച്ചോ വെറും ഭാഗ്യം കൊണ്ടോ വിസ നേടിയെടുത്ത് ചിലർക്കെങ്കിലും ലിസ്ബണിലേക്കു കടക്കാം; അവിടെ നിന്ന് അമേരിക്കയിലേക്കും. ഭാഗ്യഹീനർ കാസാബ്ലാങ്കയിൽ കാത്തിരിക്കേണ്ടി വരും – ഒരുപാടൊരുപാടു കാലം...''

1941ലെ ശൈത്യകാലത്താണ് സിനിമ തുടങ്ങുന്നത്. കാസാബ്ലാങ്കയിൽ ആഡംബരപൂർണ്ണമായ ഒരു നിശാക്ലബ് നടത്തുകയാണ് റിക്. മദ്യപാനവും ചൂതാട്ടവും സംഗീത സദിരുകളുമുള്ള ആ ക്ലബ്ബിലെ സന്ദർശകരിൽ പണമെറിഞ്ഞ് ഇരട്ടി കൊയ്യുന്നവരും ഉള്ളതെല്ലാം കളഞ്ഞുകുളിക്കുന്നവരുമുണ്ട്. അഭയാർത്ഥികളും ഉപജാപകരുമുണ്ട്. ദേശസ്നേഹികളും ഫാസിസ്റ്റുകളുമുണ്ട്. ഇവരെയൊക്കെ നിർദ്ദയം ചൂഷണം ചെയ്യുന്ന ജർമ്മൻ അധിനിവേശ ഫ്രാൻസിന്റെ പൊലീസ് മേധാവി റെനോ ലൂയിയെപ്പോലുള്ള ഉദ്യോഗസ്ഥരുണ്ട്.

തങ്ങളെ ചൂഴ്ന്നു നിൽക്കുന്ന യുദ്ധവിപത്തിനെ വകവയ്ക്കാതെ പാരീസിൽ ഷാംപെയ്ൻ നുകർന്നുകൊണ്ടിരുന്ന റിക്കും (ഹംഫ്രി ബൊഗാർട്) ഇൽസയും (ഇൻഗ്രിഡ് ബർഗ്മാൻ) പതിനെട്ടു മാസങ്ങൾക്കു ശേഷം കണ്ടുമുട്ടുന്നത് ഈ നിശാക്ലബ്ബിൽ വച്ചാണ്. സിനിമയുടെ കാൽപനിക കഥാതന്തു പാരീസിൽ വച്ചുള്ള അവരുടെ വേർപിരിയലും കാസാബ്ലാങ്കയിലെ പുനസ്സമാഗമവുമാണ്.

കഠിനഹൃദയനായ കച്ചവടക്കാരൻ മാത്രമാണ് താനെന്നും മറ്റാരുടെയും കാര്യങ്ങളിൽ തലയിടാൻ താത്പര്യമില്ലെന്നും രാഷ്ട്രീയം തന്റെ വിഷയമേയല്ലെന്നും ആവർത്തിച്ചു പറയുന്ന റിക് ഒരു ദുർഗ്രഹ

വ്യക്തിത്വമായി കാസാബ്ലാങ്കയിലാകെ നിറഞ്ഞു നിന്നു. കണ്ണിൽ ച്ചോരയില്ലാത്തവനെന്നു പേരെടുത്ത ജർമ്മൻ സൈനികമേധാവി ഹെൻറിക് സ്ട്രസ്സാറിനു മുന്നിൽപ്പോലും റിക് തല കുനിച്ചില്ല. പ്രണയപരവശരായ സുന്ദരീമണികൾക്കും അയാൾ വശംവദനായില്ല.

അങ്ങനെയിരിക്കെയാണ് ക്ലബ്ബിലേക്ക് ഇൽസ നാടകീയമായി കടന്നുവരുന്നത്. ചെക്കോസ്ലാവാക്യയിലെ ജർമ്മൻ അധിനിവേശ വിരുദ്ധ പോരാളിയെന്ന നിലയിൽ രാജ്യാന്തര പ്രശസ്തനായ വിക്റ്റർ ലാസ്‌ലോ ആണ് അവളുടെ ഭർത്താവ്. ലാസ്‌ലോയെ അമേരിക്കയിലേക്കു കടക്കാൻ സഹായിക്കാമെന്നേറ്റ ഉഗാർത്ത എന്ന യാളെ കാണാനാണ് ഇരുവരും ക്ലബ്ബിലെത്തിയത്. റിക് ആണ് ക്ലബ്ബിന്റെ ഉടമസ്ഥൻ എന്ന് ഇൽസയ്ക്കറിയില്ലായിരുന്നു. പക്ഷേ അവിടെ പിയാനോ വായിച്ചു കൊണ്ടിരിക്കുന്ന സാമിനെ ഇൽസ ശ്രദ്ധിച്ചു. അയാളെ അവൾ അരികിലേക്കു വിളിച്ചു. പോയ കാല ത്തിന്റെ ഓർമ്മകളുണർത്തുന്ന ആ പാട്ട് വീണ്ടും പാടാൻ അയാളെ നിർബ്ബന്ധിച്ചു. മനസ്സില്ലാമനസ്സോടെ സാം പാടിത്തുടങ്ങി.

You must remember this
A kiss is just a kiss
A sigh is just a sigh
The fundamental things apply
As time goes by

പാട്ട് ഇത്രയുമായപ്പോഴേക്കും ഓഫീസ് മുറിയിൽ നിന്ന് റിക് ക്ഷുഭിതനായി പുറത്തേക്കു വന്ന് സാമിനോട് കയർത്തു: ''നിന്നോടു പറഞ്ഞിട്ടില്ലേ, ഈ പാട്ട് ഒരിക്കലും പാടരുതെന്ന്?'' അപ്പോഴാണ് സാമിനരികിൽ നിറകണ്ണുകളോടെയിരിക്കുന്ന ഇൽസയെ റിക് കാണു ന്നത്. ലാസ്‌ലോയും റെനോ ലൂയിയുമൊക്കെ അവിടേക്കെത്തിയ തോടെ ആ പുനസ്സമാഗമം ഔപചാരികമായ സംഭാഷണങ്ങളി ലൊതുങ്ങി. ഇൽസ ഭർത്താവിനൊപ്പം മടങ്ങിപ്പോയി.

കാസാബ്ലാങ്കയെ ചരിത്രത്തിൽ അടയാളപ്പെടുത്തിയ As time goes by എന്ന പ്രസിദ്ധഗാനം ഈ നിമിഷം മുതൽക്കാണ് സിനിമ യുടെ പ്രമേയത്തിന്റെ ഭാഗമായിത്തീരുന്നത്. 'ഗോൺ വിത് ദ് വിൻഡ്' പോലെയുള്ള ഐതിഹാസിക ചിത്രങ്ങളുടെ സംഗീതസംവിധായക നായിരുന്ന മാക്സ് സ്റ്റൈനറാണ് കാസാബ്ലാങ്കയ്ക്കും സംഗീതം പകർന്നത്. Everybody Comes to Rick's എന്ന നാടകമാണ് കാസാ ബ്ലാങ്കയ്ക്ക് ആസ്പദം. നാടകത്തോടൊപ്പം അതിലെ As time goes by എന്ന പാട്ടിന്റെയും പകർപ്പവകാശം നിർമ്മാതാക്കൾ വാങ്ങിയി രുന്നു. പക്ഷേ, ഈ പാട്ട് സിനിമയിൽ ഉൾപ്പെടുത്തേണ്ട എന്നായിരുന്നു

സ്റ്റൈനറുടെ അഭിപ്രായം. നിർമ്മാതാക്കൾ അതംഗീകരിച്ചെങ്കിലും പുതിയൊരു ഗാനം ചിട്ടപ്പെടുത്തുന്നതിനു മുൻപ് സിനിമയുടെ ഷൂട്ടിങ് അവസാനിച്ചു. പുതിയ പാട്ടിന്റെ ചിത്രീകരണത്തിനു തയ്യാറെടുക്കുമ്പോഴേക്കും 'ഫോർ ഹൂം ദ് ബെൽ ടോൾസ്' എന്ന സിനിമയ്ക്കുവേണ്ടി ഇൻഗ്രിഡ് ബർഗ്മാൻ മുടി മുറിച്ചിരുന്നു. ഇഷ്ടമല്ലാത്ത പാട്ട് സ്വീകരിക്കേണ്ടി വന്ന സ്റ്റൈനർ ആ ഈണത്തെ സിനിമയിലുടനീളം പലതരത്തിൽ വിന്യസിച്ച് ലോകപ്രശസ്തമാക്കിയെന്നത് ചരിത്രം.

'ഭഗ്നപ്രണയികളുടെ ദേശീയഗാനം' എന്ന് ഈ ഗാനത്തെ വിശേഷിപ്പിച്ച നടൻ ജോണി ഡെപ്, രണ്ടു ദേശീയഗാനങ്ങൾ തമ്മിൽ ഏറ്റുമുട്ടുന്ന വികാരഭരിതമായ ഒരു സന്ദർഭം കാസാബ്ലാങ്കയിലുണ്ടെന്ന കാര്യം ഓർമ്മിച്ചിട്ടുണ്ടാകണം. ഹെൻറിക് സ്ട്രസ്സാറിന്റെ നേതൃത്വത്തിൽ ഒരു സംഘം സൈനികർ റിക്കിന്റെ ക്ലബ്ബിലിരുന്ന് ''ദ് വാച്ച് ഓൺ ദ റൈൻ'' എന്ന ജർമ്മൻ ദേശഭക്തിഗാനം ഉറക്കെപ്പാടുന്നത് ലാസ്‌ലോ കേൾക്കുന്നു. ജർമ്മൻ-ഫ്രഞ്ച് കുടിപ്പകയിൽ അധിഷ്ഠിതമായ ആ പാട്ടിനെ പ്രതിരോധിക്കാൻ വേണ്ടി ലാസ്‌ലോ, ക്ലബ്ബിലെ ആസ്ഥാന ബാൻഡിനൊപ്പം ഫ്രഞ്ച് ദേശീയഗാനമായ ''ലാ മാഴ്സയേസ്'' ആലപിക്കാനാരംഭിക്കുന്നു. അവിടെയുണ്ടായിരുന്ന എല്ലാ ഫ്രഞ്ച് പൗരന്മാരും ആവേശത്തോടെ അതേറ്റു പാടാൻ തുടങ്ങുന്നതോടെ ജർമ്മൻ അഹന്ത പത്തി മടക്കുന്നു. സ്വാതന്ത്ര്യകാംക്ഷികളുടെ സംഘബോധത്തിന്റെ പ്രതീകമായി ഈ ചലച്ചിത്ര സന്ദർഭം ഇന്നും ഓർമ്മിക്കപ്പെടുന്നുണ്ട്. 2016 നവംബറിൽ പാരീസിൽ നടന്ന ഭീകരാക്രമണത്തിനു ശേഷം ആയിരക്കണക്കിനാളുകൾ ഈ സീക്വൻസിന്റെ ദൃശ്യങ്ങൾ സമൂഹമാദ്ധ്യമങ്ങളിലൂടെ പ്രചരിപ്പിക്കുകയുണ്ടായി.

ഇൽസയെയും ലാസ്‌ലോയെയും ലിസ്ബണിലേക്കുള്ള വിമാനത്തിൽ രക്ഷപ്പെടാൻ സഹായിക്കുന്ന റിക് ആത്യന്തികമായി താനൊരു രാഷ്ട്രീയജീവിയാണെന്ന് തെളിയിക്കുന്നു.

ഇൽസയോട് അയാൾ പറയുന്നു: ''നമ്മൾ മൂന്നു നിസ്സാര മനുഷ്യരുടെ പ്രശ്നങ്ങൾക്ക് ഈ ഭ്രാന്തൻ ലോകം ഒരു വിലയും കല്പിക്കുന്നില്ലെന്ന് എന്നെങ്കിലും നിനക്കു മനസ്സിലാകും.''

നിരപരാധികളായ മനുഷ്യർ യുദ്ധങ്ങളിലും ഭീകരാക്രമണങ്ങളിലും ചത്തൊടുങ്ങുമ്പോൾ ജീവിതത്തിനാണ് കൂടുതൽ പ്രസക്തി എന്നു പറയുന്നതിലൂടെ സിനിമ തന്നെ അതിനുള്ളിലെ പ്രണയകഥയെ പൊളിച്ചെഴുതുകയാണ്. പ്രവാസി അമേരിക്കനായ റിക് ദശാബ്ദങ്ങൾക്കു മുൻപ് കണ്ടെത്തിയ ജീവിതസത്യത്തിലേക്ക് അയാളുടെ നാട്ടിലെ ഭരണകൂടം എപ്പോഴാണ് ഉണരുക?

ഓർമ്മയുടെ തമ്പിലെ സോപാനഗീതം

'**ത**ട്ടിൻപുറത്ത് അച്യുതൻ' എന്ന സിനിമയുടെ ഒരു ഗാനരംഗത്തിൽ അഷ്ടപദിഗായകന്റെ വേഷത്തിൽ അൽപനേരം പ്രത്യക്ഷപ്പെടാൻ ഇടവന്നു. പട്ടാമ്പിയിലെ സാമാന്യം വലിയ ഒരു കുടുംബക്ഷേത്ര ത്തിനുള്ളിലായിരുന്നു ചിത്രീകരണം. ചമയമണിഞ്ഞ് ഇടയ്ക്കയും തോളിലേറ്റി സംവിധായകൻ ലാൽ ജോസിന്റെ ആക്ഷൻ കമാൻഡ് കാത്ത് ശ്രീകോവിലിനു മുന്നിൽ നിൽക്കുമ്പോൾ സോപാനസംഗീ തത്തെ ജനകീയമാക്കിയ ഞെരളത്തു രാമപ്പൊതുവാളിനെ ഓർമ്മ വന്നത് സ്വാഭാവികം. ഒപ്പം ഒരു ബ്ളാക് ആൻഡ് വൈറ്റ് സിനിമാ ഗാനവും മനസ്സിൽ തെളിഞ്ഞു. ചലച്ചിത്രകലയ്ക്ക് കേരളം സമ്മാ നിച്ച ഏറ്റവും മഹാനായ സംവിധായകരിലൊരാളായ ജി അരവിന്ദന്റെ 'തമ്പ്' എന്ന സിനിമയിൽ, കാവാലം നാരായണപ്പണിക്കർ രചിച്ച് എം ജി രാധാകൃഷ്ണൻ ഈണമിട്ട ഒരു നാവാമുകുന്ദ സ്തുതി.

ശ്രീപാൽക്കടലിൽ പള്ളികൊണ്ട്
നാവാമുകുന്ദ മുടിയിൽ ഉണരണേ
സൂരിയ തേവർക്ക് ത്യാണി..
പൂമാതണിമാറിൽ പുകളണിയാനുരപെരുകാൻ
കനലാളിന കനകമായ്
അതിമൂലമായ് ഉണരണേ
സൂരിയ തേവർക്ക് ത്യാണി

''ത്യാണി'' സ്തുതി തന്നെയാണ്. സൂര്യദേവന് ഒരു സ്തുതി. ബ്ലാക് ആൻഡ് വൈറ്റിൽ പ്രഭാതവും സന്ധ്യയും തമ്മിൽ തിരിച്ച റിയില്ല. 'ശ്രീപാൽക്കടലിൽ പള്ളികൊണ്ട്' (ഉറങ്ങി) ''നാവാമുകുന്ദ മുടിയിൽ ഉണരണേ'' എന്നാകുമ്പോൾ അതൊരു സന്ധ്യയാണെന്നു കരുതാം.

തിരുനാവായിൽ, നാവാമുകുന്ദക്ഷേത്ര പരിസരത്തുള്ള ഒരാൽത്തറയിൽ നിന്ന് ഞെരളത്ത് ഇടയ്ക്ക കൊട്ടി പാടുന്നു. അരികിലിരുന്ന് ഏറ്റുപാടുന്നത് നെടുമുടി വേണു. മുടിയും താടിയും നീട്ടി വളർത്തി ശരിക്കും ''നെടിയ'' മുടിയും താടിയുമുള്ള എഴുപതുകളിലെ ക്ഷുഭിതയൗവ്വനത്തിന്റെ പ്രതീകം പോലെയായിരുന്നു അന്ന് വേണുച്ചേട്ടന്റെ രൂപം. അയഞ്ഞു നീണ്ട കറുത്ത ജുബ്ബയും വെളുത്ത കാൽശരായിയും വേഷം. അക്കാലത്തെ അരാജക മലയാളി യുവാക്കൾക്ക് എളുപ്പം താദാത്മ്യം പ്രാപിക്കാൻ കഴിയുന്ന വിപ്ളവശരീരം. മലയാളസിനിമയുടെ ചരിത്രത്തിന്റെ ഭാഗമായി നമുക്കൊപ്പം ഒരു പാടുകാലം നടന്ന നെടുമുടി വേണുവിന്റെ സിനിമയിലെ അരങ്ങേറ്റമായിരുന്നു അത്. എല്ലാ അർത്ഥത്തിലും ഒരു തിരുവരങ്ങ്. ഗാനരചയിതാവായി കാവാലം നാരായണപ്പണിക്കരും സംഗീതസംവിധായകനായി എം ജി രാധാകൃഷ്ണനും ഗായകനായി കാവാലം ശ്രീകുമാറും അഭിനേതാക്കളായി വി കെ ശ്രീരാമനും ജലജയും തമ്പിലൂടെ സിനിമയിൽ ഹരിശ്രീ കുറിച്ചു. മലയാളസിനിമയുടെ സമാന്തര-മുഖ്യധാരകളിൽ ഇവരെല്ലാവരും പിൽക്കാലത്ത് അനിഷേദ്ധ്യ സാന്നിദ്ധ്യങ്ങളായി. സിനിമയുടെ കേന്ദ്രപ്രമേയമായ സർക്കസ് സംഘത്തിന്റെ – അതിന്റെ ഭാഗമായ തമ്പിന്റെ – പരുക്കനായ മാനേജരായി ഭരത് ഗോപിയും ഉണ്ടായിരുന്നു. സ്വയംവരവും കൊടിയേറ്റവും അപ്പോഴേക്കും വന്നു കഴിഞ്ഞിരുന്നു. പദ്മരാജന്റെ പെരുവഴിയമ്പലവും കള്ളൻ പവിത്രനും ഭരതന്റെ പാളങ്ങളും കെ ജി ജോർജ്ജിന്റെ യവനികയും മറ്റനേകം സിനിമകളും സംഭവിക്കാനിരിക്കുന്നതേയുണ്ടായിരുന്നുള്ളൂ.

വെറുമൊരു ചരിത്രകൗതുകം കൊണ്ട് വേണുച്ചേട്ടനെ വിളിച്ചു. അപ്പോഴാണ് അത്യപൂർവ്വമായിരുന്നു ആ ഗാനത്തിന്റെ ചിത്രീകരണമെന്ന് ബോദ്ധ്യമായത്.

ലക്ഷ്യബോധമില്ലാത്ത ഒരു ചെറുപ്പക്കാരനാണ് അതിൽ വേണുച്ചേട്ടന്റെ ഉണ്ണി എന്ന കഥാപാത്രം. മലേഷ്യൻ വാസത്തിന്റെ ഗതകാലപ്രൗഢി അയവിറക്കി ജന്മനാടിനോടു പരമപുച്ഛവുമായി കഴിയുന്ന ഒരു പ്രമാണി മേനോന്റെ മകൻ. ആഡംബര ഗൃഹത്തിന്റെ ഉൾത്തളങ്ങളിൽ പാശ്ചാത്യസംഗീതത്തിന്റെ ശീലുകൾ ഒഴുകി നടക്കുമ്പോൾ ഉണ്ണി തിളയ്ക്കുന്ന വള്ളുവനാടൻ പകലുകളിലേക്ക് ഇറങ്ങിപ്പോകും. ആൽത്തറയിൽ ഞെരളത്തിന്റെ ആശാൻ കഥാപാത്രം ഒരവധൂതനെപ്പോലെ കാത്തിരിക്കുന്നുണ്ടാകും. ഉണ്ണി അദ്ദേഹത്തിന് ഒരു ബീഡി സമ്മാനിക്കും. ആശാൻ തോളിൽ നിന്നിറക്കി വച്ച ഇടയ്ക്കയിൽ ഉണ്ണി പതുക്കെ താളമിട്ടു നോക്കും.

അപ്പോൾ ആശാൻ ചോദിക്കും: ''ഉണ്ണിക്കു പഠിക്കണോ?''

പിന്നീട് ആശാനും ഉണ്ണിയും ചേർന്നു പാടുന്നതാണ് ഈ ത്യാണി.

''സിനിമയുടെ ചിത്രീകരണം തുടങ്ങുമ്പോൾ ഉഷാ രവി പാടിയ കാനകപ്പെണ്ണ് ചെമ്മരത്തി എന്ന പാട്ടു മാത്രമേ റെക്കോഡ് ചെയ്തിരുന്നുള്ളൂ,'' നെടുമുടി വേണു പറഞ്ഞു. ''ഇങ്ങനെയൊരു സിറ്റ്വേഷൻ വന്നപ്പോൾ ഒരു പാട്ടു കൂടി വേണമെന്ന് തീരുമാനമുണ്ടായി. അങ്ങനെ എം ജി രാധാകൃഷ്ണനെയും ശ്രീകുമാറിനെയും അവിടേക്കു വിളിച്ചു വരുത്തി. കാവാലം നാരായണപ്പണിക്കർ ലൊക്കേഷനിൽ ത്തന്നെ ഉണ്ടായിരുന്നു. അങ്ങനെ പിറന്നതാണ് ആ പാട്ട്.''

കഥകളിയിൽ സാധാരണ കത്തി വേഷങ്ങൾക്ക് ഉപയോഗിക്കുന്ന പാഡി രാഗം ഉപയോഗിച്ചാണ് എം ജി രാധാകൃഷ്ണൻ പാട്ട് ചിട്ടപ്പെടുത്തിയത്. ഐതിഹാസികനായ സൗണ്ട് റെക്കോഡിസ്റ്റ് പി ദേവദാസ് മുഴുവൻ സമയവും സെറ്റിലുണ്ടായിരുന്നു. സിങ്ക്രണൈസ്ഡ് സൗണ്ട് റെക്കോഡിങ് നമ്മുടെ സിനിമയിലെ യുവതലമുറയുടെ ആവേശമായി മാറിയ റസൂൽ പൂക്കുട്ടിക്കാലത്തിനും എത്രയോ മുമ്പ്, അർപ്പിതമനസ്കനായി ദേവദാസ് നടത്തിയ ശബ്ദലേഖന സംരംഭങ്ങളെക്കുറിച്ച് പഴയ തലമുറയിലെ ചലച്ചിത്ര പ്രവർത്തകർക്ക് പലതും പറയാനുണ്ടാകും.

നെടുമുടി വേണു പറയുന്നു: ''ഞങ്ങളൊക്കെ ആ രാത്രികളിൽ കൊട്ടും പാട്ടും കഴിഞ്ഞ് കിടന്നുറങ്ങുമ്പോൾ അദ്ദേഹം തന്റെ ഗ്രണ്ടിഗ് ടേപ്പ് റെക്കോഡറുമായി നടന്ന് ഭാരതപ്പുഴയിൽ ഓളങ്ങളിളകുന്നതും ആലിലകളനങ്ങുന്നതും രാത്രി ചീവിടുകൾ കരയുന്നതും ഒക്കെ പകർത്തിക്കൊണ്ടിരിക്കും. വളരെ ഡെഡിക്കേറ്റഡായ ഒരു സൗണ്ട് റെക്കോഡിസ്റ്റായിരുന്നു ദേവദാസ്. ഇന്നത്തെപ്പോലെ ആധുനികസൗകര്യമുള്ള ശബ്ദലേഖനോപകരണങ്ങളൊന്നും അന്നില്ല. ഓപ്പൺ എയറിലിരുന്നു പാടുന്ന പാട്ടായതുകൊണ്ട് ലൊക്കേഷനിൽ വച്ചു തന്നെ റെക്കോഡ് ചെയ്യാമെന്ന് അദ്ദേഹമാണ് നിർദ്ദേശിച്ചത്. ഒരു സന്ധ്യാസമയത്ത് അമ്പലത്തിന്റെ നടവഴിയിലിരുന്നിട്ടായിരുന്നു റെക്കോഡിങ്. കാവാലം ശ്രീകുമാർ എനിക്കു വേണ്ടിയും എം ജി രാധാകൃഷ്ണൻ ഞെരളത്തിനു വേണ്ടിയും പാടി. ഒരു മൈക്കേ ഉണ്ടായിരുന്നുള്ളൂ. ഇതിന്റെ കൂടെ ലൈവായിട്ട് ഞെരളത്ത് ഇടയ്ക്ക വായിക്കുന്നുണ്ടായിരുന്നു എന്നോർക്കണം. നമ്മുടെ സിനിമയുടെ ചരിത്രത്തിൽ അങ്ങനെ ഏതെങ്കിലുമൊരു പാട്ട് റെക്കോഡ് ചെയ്തിട്ടുണ്ടാകുമോ എന്നു സംശയമാണ്. എന്നിട്ടും സാങ്കേതിക മികവിൽ ഒരു കുറവുമില്ല താനും.''

ആദ്യ ചിത്രത്തിൽത്തന്നെ പാട്ടു പാടി അഭിനയിക്കാൻ ഭാഗ്യം സിദ്ധിച്ച നെടുമുടി വേണു പിൽക്കാലത്ത് തനതു സംഗീതത്തിന്റെ

ഒരുപാടു മാതൃകകൾ സ്വന്തം ശബ്ദത്തിലും അല്ലാതെയും മലയാള സിനിമയിൽ അവതരിപ്പിച്ചു എന്നത് ചരിത്രം. അരവിന്ദന്റെ അനൗപചാരികമായ ചലച്ചിത്രശൈലിക്ക് മികച്ച ഒരുദാഹരണമായി നിലനിലനിൽക്കുന്നു, ഈ ഗാനം.

തമ്പിൽ ഉഷാ രവി ആലപിച്ച ''കാനകപ്പെണ്ണ് ചെമ്മരത്തി'' എന്ന പാട്ട് വാദ്യോപകരണങ്ങളുടെ അകമ്പടിയോടെയാണ് ആദ്യം റെക്കോഡ് ചെയ്തത്. വടക്കൻ മലബാറിന്റെ ഗോത്രസ്മൃതികളിൽ ആഴത്തിൽ വേരുറപ്പിച്ച കതിവനൂർ വീരൻ എന്ന പോരാളിയുടെ മിത്ത് പ്രമേയമാക്കുന്ന ആ പാട്ട് സിനിമയിൽ ഉറവയെടുക്കുന്നത് ആണധികാരം അടിച്ചേൽപ്പിക്കുന്ന ഒരു നിശ്ശബ്ദതയിൽ നിന്നാണ്. മൗനമാണല്ലോ അരവിന്ദന്റെ മുഖമുദ്ര. അതുകൊണ്ടാകണം അതിലെ വാദ്യോപകരണങ്ങളുടെ സൗണ്ട് ട്രാക് സിനിമയിൽ നിന്ന് അരവിന്ദൻ നിഷ്കരുണം എടുത്തു മാറ്റിയത്. എം ജി രാധാകൃഷ്ണൻ അപ്പോഴനുഭവിച്ച മനോവിഷമം അന്ന് ബിരുദാനന്തര ബിരുദ വിദ്യാർത്ഥിയായിരുന്ന കാവാലം ശ്രീകുമാർ ഓർത്തെടുക്കുന്നു. ''ഓർക്കസ്ട്ര ഇല്ലെങ്കിൽ പാട്ടിന് ജീവനുണ്ടാകില്ലെന്ന് രാധാകൃഷ്ണൻ ചേട്ടൻ വാദിച്ചു നോക്കി. ആദ്യത്തെ സിനിമാഗാനമല്ലേ? അതൊന്നും വേണ്ട, രാധാകൃഷ്ണാ.. എന്നായിരുന്നു, അരവിന്ദേട്ടന്റെ നിലപാട്. സിനിമയിൽ സൗണ്ട് ട്രാക്ക് ഉപയോഗിച്ചില്ലെങ്കിലും റേഡിയോയിൽ വാദ്യോപകരണങ്ങളുടെ അകമ്പടിയോടെ ആ പാട്ട് ജനകീയമായി.''

''ഓടക്കുഴൽവിളി ഒഴുകിയൊഴുകി വരും'' എന്ന ഹിന്ദോളരാഗ ഗാനം കാവാലം-എം ജി രാധാകൃഷ്ണൻ സംഗമത്തിന്റെ അനുപമ സൃഷ്ടിയായി ആകാശവാണിയിലൂടെ ഒരു തലമുറ മുഴുവൻ നെഞ്ചിലേറ്റി നടക്കുന്ന കാലമായിരുന്നു അത്. എങ്കിൽ ഹിന്ദോളരാഗത്തിൽ ഒരു പാട്ടു കൂടിയാകാം എന്ന് തമ്പിന്റെ പിന്നിലുള്ള സർഗ്ഗ സംഗീത സംഘം നിർദ്ദേശിച്ചു. അങ്ങനെ ഒരു ഗാനം കൂടി ആ സിനിമയിലുണ്ടായി,

ഒരു യമുനാനദി ഓളമിളക്കിയെൻ
ഓർമ്മകൾ മേഞ്ഞു നിൽക്കും വൃന്ദാവനിയിൽ..

സിനിമയിൽ, വി കെ ശ്രീരാമന്റെയും ജലജയുടെയും പേരില്ലാ കഥാപാത്രങ്ങളുടെ പ്രണയ പശ്ചാത്തലത്തിൽ അലിഞ്ഞു മറയാനായിരുന്നു ആ ഗാനത്തിന്റെ നിയോഗം. പക്ഷേ, മലയാളികൾ ആ പാട്ട് മറന്നതുമില്ല.

ഡോക്യുമെന്ററിക്കും ഫീച്ചറിനുമിടയിൽ, ഒരു ഡോക്യു ഫിക്ഷൻ ആയാണ് തമ്പ് സിനിമാചരിത്രത്തിൽ അടയാളം കൊള്ളുന്നത്. ചെറിയ മനുഷ്യരും വലിയ ലോകവും ചമച്ച ഗ്രാഫിക് നോവലിസ്റ്റിന്റെ വിരൽപ്പാടുകളുണ്ട്, അതിൽ.

ഭാരതപ്പുഴയുടെ തീരത്തു തമ്പടിച്ച സർക്കസ് സംഘം പുതിയൊരു അരങ്ങു തേടിപ്പോകുമ്പോഴാണ് സിനിമ അവസാനിക്കുന്നത്. അവരുടെ ലോറി കടന്നു പോകുന്ന വഴിയിൽ ഉണ്ണി കാത്തിരിക്കുന്നുണ്ട്. അയാൾ (നെടുമുടി വേണു) ലോറി തടഞ്ഞു നിറുത്തി മാനേജരോട് (ഭരത് ഗോപി) ചോദിക്കുന്നു: ''ഞാനും വന്നോട്ടേ?''

സർക്കസുകാരുടെ ആ ലോറിയുടെ പിറകിൽ ആരുടെയോ തോളത്തു തല ചായ്ച്ചുറങ്ങുന്ന ഉണ്ണിയിൽ അരവിന്ദൻ സിനിമ അവസാനിപ്പിക്കുന്നു. ഭരത് ഗോപിയും നെടുമുടി വേണുവും ആ ലോറിയിൽ ഒരുമിച്ചു സഞ്ചരിച്ചത് നമ്മുടെ സിനിമയുടെ നല്ലകാലങ്ങളിലൂടെയായിരുന്നു എന്നത് ചരിത്രം. ആ ചരിത്രം രചിച്ചത് അരവിന്ദനാണ്. നടന്നു തേഞ്ഞ വഴികൾ വിട്ട് ഒറ്റയാനായി നടന്ന അരവിന്ദന്റെ ക്രാന്തദർശിത്വത്തിന് പ്രണാമം. ആഴത്തിൽ പതിഞ്ഞ സംഗീത മുദ്രകൾക്കും.

■

അർത്ഥ്: പുഞ്ചിരിയിലൊളിപ്പിച്ച കണ്ണീർ നനവ്

''നിങ്ങൾ എന്നോടു കാണിച്ച നെറികേട് എന്റെ ഭാഗത്തുനിന്നാണുണ്ടായതെങ്കിൽ ഇതുപോലെ മടങ്ങിവന്ന് മാപ്പപേക്ഷിച്ചാൽ എന്നെ സ്വീകരിക്കുമായിരുന്നോ?''

ശിലാസമാനമായ നിസ്സംഗതയോടെ പൂജ ചോദിച്ചു. ഒരു നിമിഷം ആലോചിച്ച ശേഷം ഭർത്താവ് ഇന്ദർ പറഞ്ഞു: ''ഇല്ല''

''ഗുഡ് ബൈ, ഇന്ദർ''

പൂജ തിരിഞ്ഞു നടന്നു.

ആ വിടവാങ്ങലിൽ സ്ത്രീ പുരുഷബന്ധങ്ങളെക്കുറിച്ചും വിവാഹജീവിതത്തെക്കുറിച്ചുമുള്ള പരമ്പരാഗത ബോളിവുഡ് വ്യവഹാരങ്ങൾ തിരശ്ശീലയിൽ തകർന്നുവീണു. ദാമ്പത്യത്തിനും വിവാഹേതര ബന്ധങ്ങൾക്കുമിടയിൽ ഊഞ്ഞാലാടിക്കളിക്കുന്ന ഭർത്താവിനെ അവസാന നിമിഷത്തിലെ പശ്ചാത്താപ പ്രകടനത്തിന്റെ പിൻബലത്തോടെ വീണ്ടും ഭാര്യയുമായി ചേർക്കുന്ന ഇൻഡ്യൻ ചലച്ചിത്ര സമവാക്യം തിരുത്തിയെഴുതിയ സിനിമകളിലൊന്നായ മഹേഷ് ഭട്ടിന്റെ 'അർഥ്' (1982) സംവിധായകന്റെ തന്നെ ജീവിതാനുഭവങ്ങളുടെ വേദന കിനിയുന്ന ഒരദ്ധ്യായത്തിന്റെ ഭാഗമാണ്. ആയിരത്തിത്തൊള്ളായിരത്തി എഴുപതുകളിലും എൺപതുകളിലും ബോളിവുഡ്ഡിലെ താരറാണിയായിരുന്ന പർവീൺ ബാബിയുമായി ഭട്ടിനുണ്ടായിരുന്ന പ്രക്ഷുബ്ധമായ വിവാഹേതര ബന്ധത്തിന്റെ നീറുന്ന ഓർമ്മകൾ. ബാല്യകാലസഖി കൂടിയായ ഭാര്യ കിരണിനെയും മകളെയും ഉപേക്ഷിച്ചാണ് ഭട്ട് പർവീണുമായുള്ള ബന്ധമാരംഭിച്ചത്.

സ്കിസോഫ്രേനിയയുടെയും സംശയരോഗത്തിന്റെയും നീരാളിപ്പിടുത്തത്തിലായിരുന്നു പർവീൺ ബാബി എന്ന് ഭട്ട് താമസിയാതെ തിരിച്ചറിഞ്ഞു. അമിതാഭ് ബച്ചൻ അടക്കം പലരും തന്നെ വധിക്കാൻ ഗൂഢാലോചനയിടുന്നതായി അവർ വിശ്വസിച്ചിരുന്നു. പലപ്പോഴും

അക്രമാസക്തയായി പെരുമാറിയിട്ടും പർവീണുമായുള്ള ''അപകടകരമായ'' ബന്ധം ഭട്ട് നാലു വർഷത്തോളം തുടർന്നു. ഒടുവിൽ അതവസാനിച്ചു. മനസ്സിൽ ആഴത്തിലേറ്റ മുറിവുകളെ വീണ്ടും കുത്തിനോവിച്ചു കൊണ്ട് മഹേഷ് ആ ബന്ധത്തിന് ചലച്ചിത്രവിഷ്കാരം നൽകിയപ്പോഴാണ് ഇൻഡ്യൻ മദ്ധ്യവർത്തി സിനിമയിലെ നാഴികക്കല്ലുകളിലൊന്നായ 'അർഥ്' സംഭവിച്ചത്.

പരസ്യചിത്രങ്ങളുടെ സംവിധായകനായ ഇന്ദർ മൽഹോത്ര (കുൽഭൂഷൺ കർബന്ദ) ഭാര്യ പൂജ(ശബാന ആസ്മി)യെ ഉപേക്ഷിച്ച് നടിയും മോഡലുമായ കവിത സന്യാലിനോടൊപ്പം (സ്മിത പാട്ടീൽ) ജീവിക്കാൻ തീരുമാനിക്കുന്നു. വൈകാരികമായും സാമ്പത്തികമായും ഭർത്താവിനെ ആശ്രയിച്ചു കഴിയുന്ന ഏതൊരു ഇൻഡ്യൻ സ്ത്രീയെയും പോലെ ആദ്യം ജീവിതത്തിനു മുന്നിൽ പകച്ചു നിൽക്കുന്നുണ്ടെങ്കിലും അടിച്ചേൽപ്പിക്കപ്പെട്ട ഏകാന്തജീവിതവുമായി പൊരുത്തപ്പെടുകയും പ്രതിസന്ധികളെ ഒന്നൊന്നായി നേരിടുകയും ചെയ്യുന്ന പൂജയെയാണ് ഭട്ട് സിനിമയുടെ കേന്ദ്രസ്ഥാനത്തു പ്രതിഷ്ഠിക്കുന്നത്. ജീവിതത്തിൽ സ്വന്തം ഭാര്യയോടും മകളോടും ചെയ്ത അനീതിക്ക് പ്രായശ്ചിത്തമെന്നോണം ഇന്ദർ എന്ന കഥാപാത്രത്തെ വ്യക്തിത്വവും അഭിപ്രായസ്ഥിരതയുമില്ലാത്ത ഭർത്താവായി ഭട്ട് അവതരിപ്പിച്ചു. ഇന്ദറിന്റെ കാമുകി കവിതയാകട്ടെ, പർവീൺ ബാബിയുടെ മാനസികാസ്വാസ്ഥ്യങ്ങൾ ഏതാണ്ട് അതേപടി പേറുന്ന അക്രമാസക്തയായ കഥാപാത്രമായി പ്രത്യക്ഷപ്പെടുന്നു. മൂവരുടെയും ഇരുണ്ട ജീവിതങ്ങൾക്കിടയിലെ രജതരേഖയായി കടന്നുവരുന്നത് രാജ് (രാജ് കിരൺ) എന്ന ഗായകനാണ്. പൂജയെക്കുറിച്ചുള്ള സംവിധായകന്റെ നിരീക്ഷണങ്ങൾ പലപ്പോഴും രാജ് ആലപിക്കുന്ന ഗാനങ്ങളിലൂടെ ആവിഷ്കരിക്കപ്പെടുന്നു.

രാജിനെ ഒരു പാർട്ടിയിൽ വച്ചാണ് പൂജ പരിചയപ്പെടുന്നത്. കവിതയോടൊപ്പം പരസ്യമായി ആ മധുപാനസദിരിൽ പങ്കെടുക്കാൻ ഇന്ദറും എത്തിയിരുന്നു. ഏകാന്തതയും അപമാനവും കൊണ്ടു വീർപ്പുമുട്ടുന്ന പൂജയുടെ മനസ്സു വായിച്ചിട്ടെന്നോണം രാജ് പാടുന്നു.

കോയി യേ കൈസേ ബതായെ കെ, വൊ തന്ഹാ ക്യൂം ഹൈ?
വോ ജോ അപ്നാ ഥാ വോ ഹി, ഓർ കിസി കാ ക്യൂം ഹൈ?

ഒറ്റപ്പെടലിനെ എങ്ങനെ നിർവ്വചിക്കുമെന്ന ചോദ്യത്തോടെയാണ് കൈഫി ആസ്മി എഴുതി ജഗ്ജിത് സിങ്ങ് ഈണം പകർന്ന് അദ്ദേഹം തന്നെ ആലപിച്ച ഈ ഗസൽ തുടങ്ങുന്നത്. ഇന്നലെവരെ സ്വന്തമെന്നു കരുതിയത് ഇന്ന് അന്യാധീനമായിരിക്കുന്നു.

ദിൽ-എ-ബർബാദ് സെ നികലാ നഹീ അബ് തക് കോയീ
ഇക് ലുടേ ഘർ പേ ദിയാ കർതാ ഹേ, ദസ്തക് കോയി
ആസ് ജോ ടൂട് ഗയീ ഫിർ സേ, ബന്ധാതാ ക്യൂം ഹൈ?

പൊട്ടിച്ചെറിഞ്ഞ പ്രത്യാശയുടെ ചരട് വീണ്ടും കൂട്ടിക്കെട്ടുന്നതെന്തിനെന്ന ആത്മഗതത്തോടെ രാജ് ഗസൽ ഉപസംഹരിക്കുമ്പോഴേക്ക് പൂജ മൂന്നു പെഗ്ഗിന്റെ ലഹരിയിൽ ആടിയാടി ഇന്ദറിനും കവിതയ്ക്കുമടുത്തെത്തിയിരുന്നു. വ്യംഗ്യമായെങ്കിലും കവിതയെ അഭിസാരികയെന്നു വിളിക്കുന്നതു വരെയെത്തി, അവളുടെ രോഷപ്രകടനം. അന്നു രാത്രി കവിത അമിതമായി ഗുളികകൾ വിഴുങ്ങി ആത്മഹത്യയ്ക്കു ശ്രമിച്ചു. പിറ്റേന്ന് ക്രുദ്ധനായി വീട്ടിലെത്തിയ ഇന്ദറിൽ നിന്ന് പൂജ ഒരു കാര്യം മനസ്സിലാക്കി. ഇന്ദർ അടുത്തിടെ വാങ്ങി തനിക്കു സമ്മാനിച്ച പുതിയ ഫ്ളാറ്റ് കവിതയുടെ ഔദാര്യമാണ്. ആ നിമിഷം മുതൽ പൂജ തന്റെ ജീവിതം പുനർനിർവ്വചിച്ചു തുടങ്ങി.

ഫ്ളാറ്റിന്റെ താക്കോൽ വേലക്കാരി വശം ഇന്ദറിനു കൊടുത്തയച്ച് അവൾ ഒരു വർക്കിങ് വിമൻസ് ഹോസ്റ്റലിലേക്ക് താമസം മാറി. അവിടെയും ഒരിക്കൽ ഇന്ദർ വന്നു. കവിതയുടെ സംശയരോഗം കലശലായിരിക്കുന്നു. ഇന്ദർ വീട്ടിൽ നിന്നിറങ്ങിയാൽ പൂജയ്ക്കൊപ്പമാണെന്ന് അവൾ കരുതുന്നു. അതുകൊണ്ട് കവിതയെ ബോദ്ധ്യപ്പെടുത്താൻ വേണ്ടി വിവാഹമോചനത്തിനുള്ള കടലാസ്സുകളിൽ പൂജ ഒപ്പു വയ്ക്കണം. അതാണ് അയാളുടെ ആവശ്യം. ആ പേപ്പറുകളിൽ ഒപ്പിടുമ്പോൾ അന്നത്തെ തിയതി ഇന്ദർ പറഞ്ഞു കൊടുക്കുന്നുണ്ട്. അന്ന് പൂജയുടെ പിറന്നാളാണെന്ന് അയാൾ ഓർക്കുന്നതു പോലുമില്ല. വിവാഹമോചനരേഖയിലെ തന്റെ കോപ്പിയുമായി പോകാനൊരുങ്ങവെ പൂജ പറയുന്നു: ‘‘പാവം കവിത. നിങ്ങൾക്കൊപ്പം പവിത്രമായൊരു വിവാഹജീവിതം കൊതിക്കുന്നു. ഇതുപോലൊരു കടലാസ്സിൽ അവസാനിക്കാനുള്ളതേയുള്ളൂ എന്നോർക്കാതെ...’’

ജീവിതത്തോടുള്ള പരിഹാസം നിറഞ്ഞ കരയുന്ന ചിരിയോടെ പൂജ അവിടെ നിന്നു പോകുന്നത് അവളുടെ ജന്മദിനമാഘോഷിക്കാൻ തയ്യാറെടുത്തു കാത്തിരിക്കുന്ന രാജിന്റെ വീട്ടിലേക്കാണ്. ഒരു ഗാനാലാപത്തോടെ രാജ് അവളെ സ്വീകരിക്കുന്നു.

തും ഇത്നാ ജോ മുസ്കുരാ രഹേ ഹോ
ക്യാ ഗം ഹൈ ജിസ്കോ ഛുപാ രഹേ ഹോ
ആംഖോം മേ നമീ, ഹസീ ലബോം പേ
ക്യാ ഹാല് ഹേ, ക്യാ ദിഖാ രഹേ ഹോ..

പുഞ്ചിരിക്കുള്ളിൽ അവളൊളിപ്പിച്ച മിഴിനീർ നനവ് അയാൾ തിരിച്ചറിഞ്ഞിരിക്കുന്നു. കാലം സുഖപ്പെടുത്താനൊരുങ്ങുന്ന മുറിവുകളെ വീണ്ടും കുത്തിനോവിക്കരുതെന്നും വിധിയെ പൊരുതി ത്തോൽപ്പിക്കണമെന്നും പറയുന്നു, മനോഹരമായ ഈ ഗസൽ.

രേഖാവോം കേ ഖേല് ഹേ മുകദ്ദർ
രേഖാവോം സേ മാത് ഖാ രഹേ ഹോ

കവിത തുളുമ്പുന്ന ഒരു പ്രണയാഭ്യർത്ഥനയാണ് രാജിന്റെ അടുത്ത ഗസൽ. വിവാഹിതയും പരിത്യക്തയുമായ പൂജയോട് അവളനുഭവിക്കുന്ന വേദനയുടെയും ഏകാന്തതയുടെയും ആഴമറിഞ്ഞുകൊണ്ട് അയാൾ പറയുന്നു.

ഝുകീ ഝുകീ സി നസർ ബേക്രാര് ഹൈ കി നഹീ
ദബാ ദബാ സാ സഹീ ദിൽ മേ പ്യാര് ഹേ കി നഹീ
തു അപ്നേ ദിൽ കി ജവാൻ ധഡ്കനോം കോ ഗിൻ കേ ബതാ
മേരി തരഹ് തേരാ ദിൽ ബേക്രാര് ഹേ കി നഹീ

സ്വന്തം ഹൃദയമിടിപ്പുകൾക്കു കാതോർത്തു കൊണ്ടു പറയൂ, എന്നെപ്പോലെ നീയും അസ്വസ്ഥയല്ലേ? പ്രണയം പുഷ്പിക്കുന്ന ആ നിമിഷത്തിനു വേണ്ടിയാണോ നീ കാത്തിരിക്കുന്നത്?

പക്ഷേ, പ്രണയത്തിനുമപ്പുറത്തുള്ള ജീവിതാവേശത്തിലേക്ക് അപ്പോഴേക്കും പൂജ എത്തിക്കഴിഞ്ഞിരുന്നു. സ്ത്രീയുടെ അസ്തിത്വം ഏതെങ്കിലുമൊരു പുരുഷന്റെ മേൽവിലാസത്തിൽ മാത്രമല്ല എന്ന തിരിച്ചറിവ് അവളുടെ അനുഭവപാഠമാണ്. ആൺതുണ തന്നെ കൂടുതൽ ദുർബ്ബലയാക്കും എന്നവൾക്കു ബോദ്ധ്യമായിരിക്കുന്നു. രാജിന്റെ വിവാഹാഭ്യർത്ഥന മാന്യമായി തിരസ്കരിച്ചുകൊണ്ട് പൂജ തന്റെ ഒറ്റയാൾപ്പാതയിലേക്ക് ഉറച്ച ചുവടുകളോടെ നടന്നുപോകുന്നിടത്ത് മഹേഷ് ഭട്ട് സിനിമ അവസാനിപ്പിക്കുന്നു. ആത്മകഥാസ്പർശമുള്ള ഈ പ്രമേയത്തിൽ ഭട്ട് തന്റെ സ്വത്വത്തെ മഹത്വവത്കരിക്കുന്നില്ലെന്നു മാത്രമല്ല, തന്റെ ജീവിതത്തിലെ രണ്ടു സ്ത്രീകളെയും അനുഭാവപൂർവ്വം സമീപിക്കുകയും ചെയ്യുന്നു. കവിതയെ അവളുടെ മനോവിഭ്രാന്തിയുടെ ലോകത്ത് ഉപേക്ഷിച്ച് ഭട്ട് പൂജയുടെ ജീവിതത്തിലേയ്ക്കു തന്നെ പ്രേക്ഷകരെ വീണ്ടും കൊണ്ടുപോകുന്നു. സൗമ്യനും ശുഭാപ്തിവിശ്വാസിയുമായ ആ ഗായകൻ പൂജയോടു പറയുന്നു.

''ഇനി നിനക്ക് ഒരു മൽഹോത്രയുടെയോ രാജിന്റെയോ ആവശ്യമില്ല.''

നന്ദി പറയാൻ വേണ്ടി തിരിഞ്ഞുനോക്കുന്ന പൂജയോടുള്ള അയാളുടെ വാക്കുകൾ സിനിമയുടെ പേര് അന്വർത്ഥമാക്കുന്നു: ''തിരിഞ്ഞു നിൽക്കരുത്. മുന്നോട്ടു നോക്കി പൊയ്ക്കോളൂ.''

■

ഭൂമി എന്ന പിയാനോ

തിരമാലകളുടെ താരാട്ടു കേട്ടാണ് അവൻ വളർന്നത്. കാരണം, കടലായിരുന്നു അവന്റെ വീട്. കപ്പലിൽ നിന്ന് ഒരു നൂറു വട്ടം യൂറോപ്പിലെയും അമേരിക്കയിലെയും തുറമുഖനഗരങ്ങൾ കണ്ടിട്ടുണ്ടെങ്കിലും ഒരിക്കലും അവൻ കരയിലിറങ്ങിയില്ല. കോടിക്കണക്കിനു മനുഷ്യർ ജീവിച്ചിരിക്കുന്ന ഈ ഭൂമിയിൽ അവൻ ജീവിച്ചിരുന്നു എന്നതിനു മാത്രം ഒരു തെളിവും ഉണ്ടായിരുന്നില്ല. ലോകത്തിലെ ഏതെങ്കിലും നഗരമോ, പള്ളിയിടവകയോ ആശുപത്രിയോ തടവറയോ ഒരു ബെയ്സ് ബോൾ ടീം പോലുമോ ഒരിടത്തും അവന്റെ പേര് രേഖപ്പെടുത്തിയിരുന്നില്ല. അവന് രാജ്യമോ ജനനത്തിയതിയോ ഉണ്ടായിരുന്നില്ല. ഔദ്യോഗികഭാഷയിൽ പറഞ്ഞാൽ, അങ്ങനെയൊരാൾ ജനിച്ചിട്ടുപോലും ഉണ്ടായിരുന്നില്ല..

ഇറ്റാലിയൻ എഴുത്തുകാരനും നാടകസംവിധായകനുമായ അലെസാന്ദ്രോ ബാരിക്കോയുടെ ഒരു തിയറ്ററിക്കൽ മൊണലോഗിൽ നിന്ന് (നാടകീയ സ്വയോക്തി എന്നു പരിഭാഷപ്പെടുത്താം) വിഖ്യാത ചലച്ചിത്രകാരൻ ജുസപ്പെ തൊർണതോറെ മെനഞ്ഞെടുത്ത 'ദി ലെജൻഡ് ഓഫ് 1900' എന്ന സിനിമയിലെ നായക കഥാപാത്രത്തെക്കുറിച്ചാണ് പറയുന്നത്.

യൂറോപ്പിൽ നിന്ന് അമേരിക്ക എന്ന സ്വപ്നഭൂമിയിലേക്ക് ആയിരക്കണക്കിന് ഭാഗ്യാന്വേഷികൾ ചേക്കേറിക്കൊണ്ടിരുന്ന കഴിഞ്ഞ നൂറ്റാണ്ടിന്റെ പ്രഥമവർഷത്തിൽ, അതായത് ആയിരത്തിത്തൊള്ളായിരാമാണ്ടിൽ, അറ്റ്ലാന്റിക് മഹാസമുദ്രത്തിലൂടെ ഇരുവൻകരകളിലെയും തുറമുഖങ്ങൾക്കിടയിൽ സഞ്ചരിച്ചുകൊണ്ടിരുന്ന വെർജീനിയൻ എന്ന കപ്പലിൽ ഒരു നവജാതശിശുവിനെ ഉപേക്ഷിക്കപ്പെട്ട നിലയിൽ കണ്ടെത്തി. വെള്ളാരങ്കണ്ണുകളുള്ള ആ യൂറോപ്യൻ കുഞ്ഞിനെ രഹസ്യമായി എടുത്തു വളർത്തിയത് കപ്പലിന്റെ അടിത്തട്ടിൽ പണിയെടുക്കുന്ന ഡാനി എന്ന ആഫ്രോ അമേരിക്കൻ തൊഴിലാളിയാണ്. സ്വന്തം പേരും അവനെ കണ്ടെത്തിയ പീഞ്ഞപ്പെട്ടിയിൽക്കണ്ട പരസ്യവും ജനനവർഷവുമെല്ലാം കൂട്ടിക്കലർത്തി

ഡാനി അവന് വിചിത്രമായൊരു പേരിട്ടു - ഡാനി ബൂഡ്മാൻ റ്റി. ഡി. ലെമൺ 1900. പിയാനോവാദനത്തിൽ ഇതിഹാസമായി മാറിയ പിൽക്കാല ജീവിതമത്രയും അവൻ നയന്റീൻ ഹൺഡ്രഡ് (1900) എന്ന് അറിയപ്പെട്ടു. 1900 ന് എട്ടു വയസ്സുള്ളപ്പോൾ ഡാനി ഒരപകട ത്തിൽ മരിച്ചു. അടിത്തട്ടിലെ ഏകാന്തജീവിതം മടുത്തപ്പോൾ 1900 കപ്പലിന്റെ ഫസ്റ്റ് ക്ലാസ്സ് മേഖലയിലെ ഒരു ആഡംബരരാത്രിയിലേക്ക് കടന്നു ചെന്നു. മദിരാചഷകങ്ങളും നൃത്തവും സംഗീതവും തുളു മ്പുന്ന മായികലോകത്തെ ചില്ലുവാതിലുകൾക്കു പുറത്തു നിന്നു കൺനിറയെ കണ്ടു. പിന്നീടൊരു രാത്രി, ഏറെ വൈകി, ക്യാപ്റ്റ നടക്കമുള്ളവർ ഉറക്കത്തിലായിരുന്നപ്പോൾ, വിശാലമായ വിരുന്നു മുറിയിൽ നിന്ന് പിയാനോ സംഗീതം കേട്ടു. ഉണർന്നെണീറ്റു വന്ന യാത്രികർ പിയാനോ വായിക്കുന്ന കുട്ടിയെക്കണ്ട് അമ്പരന്നു. ഇവൻ എവിടെ ഒളിച്ചിരിക്കുകയായിരുന്നു ഇത്രനാളുമെന്ന് വിസ്മയം കൊണ്ടു.

മൃദുവായ ശാസനാസ്വരത്തിൽ ക്യാപ്റ്റൻ അവനോടു പറഞ്ഞു:

''1900... all of this is entirely against the regulations.''

ഒട്ടും കൂസാതെ വന്നു, അവന്റെ മറുപടി: ''F**k the regulations.''

എപ്പോഴും അങ്ങനെയായിരുന്നു, 1900. പരമ്പരാഗതമായ സംഗീത വഴികളിൽ നിന്ന് എല്ലായ്പ്പോഴും അയാൾ മാറി നടന്നു. കപ്പലിലെ ഓർക്കസ്ട്രയിൽ അയാൾക്കൊപ്പമുണ്ടായിരുന്ന, അയാളുടെ ഒരേ യൊരു സുഹൃത്തായിരുന്ന, മാക്സ് ടൂണി എന്ന ട്രംപറ്റ് വാദകന്റെ ഓർമ്മകളിലൂടെയാണ് സിനിമ പുരോഗമിക്കുന്നത്. രണ്ടാം ലോക യുദ്ധത്തിനു മുമ്പ് വെർജീനിയൻ കപ്പലിൽ നിന്ന് കരയ്ക്കിറങ്ങിയ ടൂണി യുദ്ധാനന്തരം ഗതികെട്ടു നട്ടംതിരിഞ്ഞ് തന്റെ ട്രംപറ്റ് വിൽക്കാൻ ഒരു സംഗീതോപകരണക്കടയിൽ എത്തുന്നതോടെ സിനിമ തുട ങ്ങുന്നു. പ്രതീക്ഷിച്ചതിലും വളരെക്കുറഞ്ഞ വിലയ്ക്ക് ട്രംപറ്റ് വിൽ ക്കേണ്ടി വന്ന അയാൾ കടയുടമയോടു പറയുന്നു: ''സംഗീതചരിത്ര ത്തിലെ ഒരദ്ധ്യായമാണ് നിങ്ങൾ വിലയ്ക്കു വാങ്ങിയത്.''

പിന്നീടയാൾ 1900 എന്ന സംഗീതപ്രതിഭയുടെ കഥ വിവരിക്കുന്നു. ഒരിക്കൽപ്പോലും ഭൂമിയിൽ കാൽ ചവിട്ടിയിട്ടില്ലാത്ത, തനിക്ക് മന സ്സിലാക്കാൻ കഴിയാത്തത്ര വലുപ്പമുള്ള കപ്പലാണ് കര എന്നു കരുതിയ, നിതാന്തസമുദ്രയാത്രികന്റെ കഥ.

ഓർക്കസ്ട്രയിൽ വായിക്കുന്ന ട്യൂണിന്റെ യഥാർത്ഥപാഠം തീർ ന്നാൽ 1900 തന്റെ മനോധർമ്മവാദനത്തിലേക്കു കടക്കും. ഈണം പോകുന്ന വഴി പിന്തുടരുന്ന സംഗീതയാത്രയാണത്. ഒരിക്കൽ അങ്ങനെ ലയത്തിന്റെ മായാനദിയിൽ ഒഴുകുകയായിരുന്ന 1900 നോട് ടൂണി ചോദിച്ചു: ''എവിടെ നിന്നാണ് നിങ്ങൾക്കീ സംഗീതം കിട്ടുന്നത്?''

ചുരുട്ടു പുകച്ചുകൊണ്ടിരിക്കുന്ന ഒരു മദ്ധ്യവയസ്കയെ നോക്കി, ഒരു ട്യൂൺ വായിച്ചുകൊണ്ട് 1900 പറഞ്ഞു: ''നീയാ സ്ത്രീയെ ശ്രദ്ധിച്ചോ? ചെറുപ്പക്കാരനായ കാമുകന്റെ സഹായത്തോടെ ഭർത്താവിനെ കൊന്നതിനു ശേഷം സ്വത്തെല്ലാം അടിച്ചുമാറ്റി അമേരിക്കയിലേക്കു കടക്കുകയാണവർ. ഈ ട്യൂൺ കേൾക്കുമ്പോൾ നിനക്കങ്ങനെ തോന്നുന്നില്ലേ?''

ടൂണിക്ക് അത് ശരിവയ്ക്കാതിരിക്കാൻ കഴിഞ്ഞില്ല. 1900 നാടകീയമായി ഈണം മാറ്റി. സ്വപ്നമൂറുന്ന കണ്ണുകളുള്ള ഒരു യുവാവിനെ നോക്കി. ''അയാളെ നോക്കൂ. അയാൾക്ക് ഒന്നും മറക്കാൻ കഴിയില്ല. ഏറ്റവും മനോഹരമായ സ്മരണകൾ തിങ്ങിവിങ്ങി പൊട്ടിത്തെറിക്കാൻ തുടങ്ങുകയാണ് അയാളുടെ മനസ്സ്.''

ഒരു ചെറുപ്പക്കാരനൊപ്പം നൃത്തം ചെയ്യുന്ന യുവസുന്ദരിയിലേക്ക് 1900ന്റെ ശ്രദ്ധ തിരിഞ്ഞു. ഈണം മാറി. ''കന്യാസ്ത്രീയാകാൻ മോഹിക്കുന്ന അഭിസാരികയെപ്പോലെയാണവൾ'' എന്നായിരുന്നു ഇക്കുറി വിലയിരുത്തൽ. വിചിത്രഭാവങ്ങളോടെ ഒരു ചെറുപ്പക്കാരൻ കടന്നു വന്നു. അയാളുടെ ചലനങ്ങളിലെ നാടകീയത ആസ്വദിച്ചുകൊണ്ട് 1900 പുതിയൊരു ഈണമിട്ടു. ''മോഷ്ടിച്ചെടുത്ത കോട്ടും സ്യൂട്ടുമാണ് അവൻ ധരിച്ചിരിക്കുന്നത്. ഈ രാത്രി ഒരു പെൺകൂട്ട് തരപ്പെടുമോ എന്നു ശ്രമിക്കാൻ ഫസ്റ്റ് ക്ലാസ്സിലേക്ക് ഇടിച്ചു കയറിയിരിക്കുകയാണവൻ.''

വെർജീനിയനിലെ സംഗീതമാന്ത്രികന്റെ ഖ്യാതി എങ്ങും പരന്നു. അങ്ങനെയിരിക്കെ, ജാസ് സംഗീതത്തിന്റെ ഉപജ്ഞാതാവെന്ന് സ്വയം വിശേഷിപ്പിക്കുന്ന ജെലി റോൾ മോർട്ടൺ 1900മായി ഒരു സംഗീത ദ്വന്ദ്വയുദ്ധത്തിനൊരുമ്പെട്ട് വെർജീനിയനിൽ കയറി. ന്യൂ ഓർലിയൻസിലെ പുകൾപെറ്റ അഭിസാരികാഗൃഹങ്ങളിൽ പിയാനോ വായിച്ചു വളർന്ന മോർട്ടൺ പെണ്ണുടലിൽ പട്ടുതൂവാലകൊണ്ടെന്ന പോലെ ഈണങ്ങളെ മൃദുവായി തഴുകുകയായിരുന്നു. മോർട്ടൺ സംഗീതത്തിന്റെ യൗവ്വനകാലം ചെലവഴിച്ച ഗണികാഗൃഹങ്ങളിലെ മുകൾനിലകളിൽ ശയനമുറികളിലുള്ളവർക്ക് അവരെ ശല്യപ്പെടുത്താതെ വാതിൽമറകൾക്കപ്പുറം ലയിച്ചില്ലാതാകുന്ന മൃദുസംഗീതമായിരുന്നു വേണ്ടത്. അതിൽ അഗ്രഗണ്യനായിരുന്നു മോർട്ടൺ. മോർട്ടണോട് 1900 ന് മാത്സര്യമൊന്നും തോന്നിയില്ല. പക്ഷേ, അഹംഭാവത്തിന്റെ പരമകാഷ്ഠയിൽ തന്നെ പ്രകോപിപ്പിച്ചുകൊണ്ടിരുന്ന അയാളെ മനുഷ്യസാദ്ധ്യമായതിലും അപ്പുറത്തെ വേഗത്തിൽ പിയാനോ വായിച്ചു കൊണ്ട് 1900 മുട്ടുകുത്തിച്ചു. അതിദ്രുതവാദനത്തിന്റെ തീവ്രതയിൽ ചുട്ടുപഴുത്ത പിയാനോയുടെ ലോഹക്കമ്പികളിൽ നിന്ന് ഒരു സിഗരറ്റ് കത്തിച്ച് അയാൾ മോർട്ടന്റെ ചുണ്ടിൽ

തിരുകിവച്ചു. പിന്നീടേതോ തുറമുഖനഗരത്തിൽ അപമാനിതനായ മോർട്ടൺ ഇറങ്ങിപ്പോകുന്നതു നോക്കി 1900 പറഞ്ഞു: ''F**k the jazz too...''

പിന്നീട് യുദ്ധം വന്നു. ബോംബുവർഷം നടക്കുമ്പോഴും ആരും നൃത്തം ചെയ്യാനില്ലാതിരുന്നപ്പോഴും കപ്പലിനുള്ളിലിരുന്ന് അയാൾ പിയോനോ വായിച്ചുകൊണ്ടേയിരുന്നു. ഏതാണ്ട് ഉപയോഗശൂന്യമായിത്തീർന്ന വെർജീനിയനെ പുറങ്കടലിൽ വച്ച് തകർത്തുകളയാൻ തീരുമാനമായപ്പോഴും അയാൾ കപ്പലിൽത്തന്നെയിരുന്നു. കരയ്ക്കിറങ്ങി പുതിയൊരു ജീവിതം തുടങ്ങാൻ പ്രേരിപ്പിച്ച ടൂണിയോട് 1900 പറഞ്ഞു: ''കപ്പലിൽ നിന്നു കണ്ട നഗരങ്ങളുടെയും തെരുവുകളുടെയും അനന്തതയാണ് എന്നെ ഭയപ്പെടുത്തിയത്. പിയാനോയ്ക്ക് എൺപത്തിയെട്ടു കട്ടകളേയുള്ളൂ. അതിന്റെ പരിമിതിയിൽ നിന്ന് അനന്തമായ സംഗീതമുണ്ടാക്കാനേ എനിക്കറിയൂ. ഭൂമി എന്ന പിയാനോയ്ക്ക് കോടിക്കണക്കിനു കട്ടകളുണ്ട്. ദൈവത്തിന്റെ പിയാനോയാണത്. അതിസുന്ദരിയായ പെണ്ണിനെപ്പോലെ, അതിദീർഘമായ സമുദ്രസഞ്ചാരം പോലെ, അതിരൂക്ഷമായ സുഗന്ധം പോലെയാണത്. എനിക്കു സൃഷ്ടിക്കാൻ കഴിയാത്ത സംഗീതമാണത്. ആ പിയാനോ വായിക്കാൻ എനിക്കാവില്ല; ഈ കപ്പലിൽ നിന്നിറങ്ങാനും.''

പിന്നീട് ഒരു സംഗീതവിസ്ഫോടനം പോലെ വെർജീനിയനോടൊപ്പം ആ വിചിത്രമനുഷ്യനും മഹാസമുദ്രത്തിന്റെ അഗാധതയിൽ ലയിച്ചു. അയാൾ സൃഷ്ടിച്ച മാസ്മര സംഗീതം കേൾവിക്കാരുടെ ഓർമ്മകളിൽ മാത്രം ജീവിച്ചു.

പറയാൻ ഒരു കഥയുണ്ടാകുക എന്നതും അതു കേൾക്കാൻ ആരെങ്കിലുമുണ്ടാകുക എന്നതും പ്രധാനമാണല്ലോ. 1900ന്റെ കഥ കേട്ടു കഴിഞ്ഞപ്പോൾ ടൂണിയുടെ ട്രംപറ്റ് മടക്കിക്കൊടുത്തുകൊണ്ട് കടയുടമ പറഞ്ഞു: ''ഒരു നല്ല കഥയ്ക്ക് ഈ പഴയ ട്രംപറ്റിനേക്കാൾ വിലയുണ്ട്.''

1900 എന്നൊരാൾ ജീവിച്ചിരുന്നോ ഇല്ലയോ എന്നാർക്കും നിശ്ചയമില്ല. പക്ഷേ, അങ്ങനെ വിശ്വസിക്കാനാണ് ഒരു സംഗീതപ്രേമിയെന്ന നിലയിൽ എനിക്കിഷ്ടം.

■

പാട്ടിനെ, കവിതയെ പ്രണയിച്ച നിർമ്മാതാവ്

“**പ**ണ്ടൊക്കെ തൃശ്ശൂരിൽ നിന്ന് മദ്രാസിലേക്ക് തീവണ്ടിയാത്ര നടത്തുമ്പോൾ ഇടതുവശത്തെ സൈഡ് സീറ്റ് കിട്ടാൻ ശ്രമിക്കുമായിരുന്നു. സന്ധ്യയ്ക്ക് ഭാരതപ്പുഴപ്പാലത്തിനു മുകളിലൂടെയുള്ള യാത്ര മറ്റേതോ ലോകത്തേക്കാണ് കൂട്ടിക്കൊണ്ടു പോകുക. അന്നുതന്നെ മനസ്സിലുറപ്പിച്ചിരുന്നു, എന്നെങ്കിലും ഒരു സിനിമയെടുക്കുമ്പോൾ ഈ പുഴ ചിത്രീകരിക്കണമെന്ന്..”

ഒരു വ്യാഴവട്ടക്കാലം മുമ്പ് തൃശ്ശൂരിലെ വീട്ടിൽ വച്ച് ഒരഭിമുഖത്തിനിടെ സാർത്ഥകമായൊരു സാംസ്കാരിക ജീവിതത്തിന്റെ ഏടുകൾ മറിച്ചുകൊണ്ട് ചലച്ചിത്രനിർമ്മാതാവ് ശോഭന പരമേശ്വരൻ നായർ പറഞ്ഞു. ഭാരതപ്പുഴ മാത്രമല്ല, മലയാളത്തനിമ തുളുമ്പുന്ന ഒരുപാടു കാഴ്ചകളും മറക്കാനാകാത്ത മുഹൂർത്തങ്ങളും സൃഷ്ടിച്ചുകൊണ്ടാണ് ചലച്ചിത്രനിർമ്മാണ പ്രക്രിയ ഒരു സർഗ്ഗകല കൂടിയാണെന്നു തെളിയിച്ച പരമേശ്വരൻ നായർ അരങ്ങൊഴിഞ്ഞത്.

ആഴത്തിലുള്ള വായനയും കവിതാഭ്രമവും സംഗീതപ്രേമവുമായിരുന്നു ഐതിഹാസിക സിനിമാസംരംഭമായ നീലക്കുയിലിനോടൊപ്പം നിശ്ചലഛായാഗ്രാഹകനായി ചലച്ചിത്രയാത്ര തുടങ്ങിയ പരമേശ്വരൻ നായരുടെ പാഥേയം. മലയാളത്തിലെ ശ്രദ്ധേയങ്ങളായ സാഹിത്യകൃതികൾക്ക് ചലച്ചിത്രഭാഷ്യം നൽകാനുള്ള പരമേശ്വരൻ നായരുടെ ഉത്സാഹത്തിന്റെ ഫലമായാണ് എം ടി യുടെ ആദ്യത്തെ തിരക്കഥ പിറക്കുന്നത്. ഭാരതപ്പുഴയും പരിസരങ്ങളും അഭ്രപാളികളിലാക്കണമെന്ന പരമേശ്വരൻ നായരുടെ സ്വപ്നം എം ടി യുടെ തിരക്കഥയിൽ വിൻസെന്റ് സംവിധാനം ചെയ്ത മുറപ്പെണ്ണിലൂടെ സഫലമായി. നിളാതീരത്തെ ക്ഷയോന്മുഖമായ ഒരു നായർ തറവാടിന്റെ പശ്ചാത്തലത്തിലുള്ള ആ സിനിമയ്ക്കു വേണ്ടി പി ഭാസ്കരൻ എഴുതി ചിദംബരനാഥ് ഈണമിട്ട പ്രശസ്തഗാനം പിൽക്കാലത്ത് വേർപിരിയുന്ന ബന്ധങ്ങളുടെ നോവുപാട്ടായി മലയാളികൾ ഹൃദയത്തിലേറ്റി.

കരയുന്നോ പുഴ ചിരിക്കുന്നോ
കണ്ണീരുമൊലിപ്പിച്ചു കൈവഴികൾ പിരിയുമ്പോൾ
കരയുന്നോ പുഴ ചിരിക്കുന്നോ..

ഒന്നാന്തരം പാട്ടുകൾ കൊണ്ടു സമ്പന്നമായിരുന്നു പരമു അണ്ണൻ എന്ന് അടുപ്പമുള്ളവർ വിളിക്കുന്ന പരമേശ്വരൻ നായരുടെ രൂപവാണി ഫിലിംസ് നിർമ്മിച്ചവയും മറ്റു പ്രൊഡ്യൂസർമാരുമായി സഹകരിച്ച് അദ്ദേഹം സൃഷ്ടിച്ചവയുമായ എല്ലാ ചിത്രങ്ങളും.

മാമലകൾക്കപ്പുറത്ത്, അനുരാഗനാടകത്തിൻ (നിണമണിഞ്ഞ കാല്പാടുകൾ), കരയുന്നോ പുഴ ചിരിക്കുന്നോ, കടവത്തു തോണി യടുത്തപ്പോൾ (മുറപ്പെണ്ണ്), മഞ്ഞണിപ്പൂനിലാവ്, നഗരം നഗരം മഹാ സാഗരം, കന്നിരാവിൻ കളഭക്കിണ്ണം (നഗരമേ നന്ദി), കരിമുകിൽ ക്കാട്ടിലെ, മാനത്തെക്കായലിൻ (കള്ളിച്ചെല്ലമ്മ), പൊൻവെയിൽ മണിക്കച്ചയഴിഞ്ഞു വീണു, ദേവവാഹിനീ തീരഭൂമിയിൽ (നൃത്ത ശാല), ദേവത ഞാൻ, ഏതോ നദിയുടെ തീരത്തിൽ (കൊച്ചുതെമ്മാടി), കണ്ണന്റെ കവിളിൽ നിൻ, ക്ഷേത്രമേതെന്നറിയാത്ത തീർത്ഥയാത്ര, നഭസ്സിൽ മുകിലിന്റെ പൊൻമണിവില്ല് (പൂജയ്ക്കെടുക്കാത്ത പൂക്കൾ), കേളീനളിനം വിടരുമോ, യമുനേ നീയൊഴുകൂ, സ്വപ്നാടനം ഞാൻ തുടരുന്നു (തുലാവർഷം). രചയിതാക്കളുടെയും സംഗീതസംവി ധായകരുടെയും ഗായകരുടെയും വൈവിദ്ധ്യം കൊണ്ട് ചിരഞ്ജീ വിത്വം വരിച്ച പാട്ടുകൾ.

പാട്ടുകളോടും കവിതകളോടുമുള്ള പരമു അണ്ണന്റെ നിലയ് ക്കാത്ത അഭിനിവേശം പരമകാഷ്ഠയിലെത്തിയത് രാമു കാര്യാട്ടിന്റെ സംവിധാനത്തിൽ പുറത്തുവന്ന അഭയം (1970) എന്ന ചിത്രത്തിലാണ്. ആത്മഹത്യയിൽ അഭയം പ്രാപിക്കുന്ന ഒരെഴുത്തുകാരിയുടെ കഥ യാണത്. രാജലക്ഷ്മിയുടെ ജീവിതത്തെ ആസ്പദമാക്കി പെരുമ്പടവം ശ്രീധരൻ എഴുതിയ നോവലിന്റെ ചലച്ചിത്രാവിഷ്കാരം. പൂർണ്ണമായും സാഹിത്യപശ്ചാത്തലമുള്ള മലയാളത്തിലെ ആദ്യത്തെ സിനിമ. പാട്ടുകൾ റെക്കോഡ് ചെയ്യുമ്പോൾത്തന്നെ പടം സാമ്പത്തികവിജയ മായിരിക്കില്ലെന്ന് നിർമ്മാതാവിന് തോന്നിയിരുന്നു. കാരണം വെറും പാട്ടുകളായിരുന്നില്ല അവ. മലയാളത്തിലെ പ്രശസ്തകവികൾ രചിച്ച പതിമ്മൂന്നു കവിതകളാണ് ദക്ഷിണാമൂർത്തിയുടെ സംഗീതത്തിൽ അഭയത്തിലെ പാട്ടുകളായത്. ജി ശങ്കരക്കുറുപ്പിന്റെ കടുത്ത ആരാ ധകനായിരുന്ന രാമു കാര്യാട്ട് 'പാഥേയം' എന്ന സമാഹാരത്തിലെ 'ശ്രാന്തമംബരം നിദാഘോഷ്മള സ്വപ്നാക്രാന്തം' എന്ന കവിതാ ഭാഗം ഇടയ്ക്കിടെ മൂളിക്കൊണ്ടിരിക്കും. 'ശ്രാന്തമംബരം' സിനിമ യിലുൾപ്പെടുത്തണമെന്ന കാര്യാട്ടിന്റെ ആഗ്രഹമാണ് അഭയത്തെ കവിതാമയമാക്കിയത്.

സംസ്കൃതജഡിലമായ ആ കവിത വായിച്ച ദക്ഷിണാമൂർത്തി പറഞ്ഞു: ‘‘മാഷേ, എനിക്ക് ഈ മ്യൂസിക് ഡയറക്ഷൻ വേണ്ട. എന്നെ മൈലാപ്പൂരിലേക്ക് തിരിച്ചുവിട്ടേക്ക്.’’

രാമു കാര്യാട്ട് വെറുതെ വിട്ടില്ല: ‘‘സ്വാമീടെ വെളവൊക്കെ അവിടെ യിരിക്കട്ടെ. പഞ്ചാംഗം എടുത്തു കയ്യിൽത്തന്നാലും സ്വാമി ട്യൂൺ ചെയ്യും.’’

പിന്നെ ഒന്നു മുറുക്കി കുലുക്കുഴിഞ്ഞു വന്ന സ്വാമി ഒറ്റയടിക്ക് കവിത മുഴുവൻ ട്യൂൺ ചെയ്തു കേൾപ്പിച്ചെന്നാണ് ചരിത്രം.

‘‘ആരാ രാമൂ ഇതൊക്കെ കേൾക്കാനുണ്ടാകുക?’’ എന്ന് ആദ്യം സന്ദേഹിച്ച ജി ശങ്കരക്കുറുപ്പ് ഇടയ്ക്കിടെ ആ പാട്ട് കേൾക്കുമാ യിരുന്നത്രേ. ജി യുടെ ‘നീരദലതാഗൃഹം’ എന്ന കവിതയും അഭയ ത്തിലുണ്ടായിരുന്നു. പക്ഷേ ട്യൂൺ ചെയ്തപ്പോൾ ഒരബദ്ധം പറ്റി.

നീരദലതാഗൃഹം പൂകെയിപ്പൊഴുതന്തി
നീരവമിരിക്കുന്നു രാഗവിഭ്രമശാലി

എന്നാണ് കവിതയിൽ. ‘‘പൂകെ’’ എന്നാൽ ‘‘പൂകാനൊരുങ്ങുമ്പോൾ’’ എന്നാണർത്ഥം. ട്യൂൺ ചെയ്തതും പാടിയതും ‘‘പൂകിയിപ്പൊഴുതന്തി’’ എന്നാണ്. അർത്ഥവ്യത്യാസമുണ്ട്.

പക്ഷേ, പാട്ടു കേട്ടിട്ട് ജി. പറഞ്ഞു: ‘‘ഇതായാലും കുഴപ്പമില്ല.’’

എരിയും സ്നേഹാർദ്രമാം (ജി ശങ്കരക്കുറുപ്പ്), ചുംബനങ്ങളനു മാത്രം, പാരസ്പര്യ ശൂന്യമാകും (ചങ്ങമ്പുഴ), രാവു പോയതറിയാതെ (പി ഭാസ്കരൻ), പാവം മാനവഹൃദയം (സുഗതകുമാരി), താരത്തിലും തരുവിലും, എന്റെയേക ധനമങ്ങ് (ശ്രീകുമാരൻ തമ്പി), മാറ്റുവിൻ ചട്ടങ്ങളെ (കുമാരനാശാൻ), നമ്മുടെ മാതാവ് കൈരളി (വള്ളത്തോൾ), കാമ ക്രോധ ലോഭ മോഹ (വയലാർ), അമ്മതൻ നെഞ്ചിൽ (ബാലാമണിയമ്മ) എന്നീ കവിതകളും അഭയത്തിനുവേണ്ടി ദക്ഷിണാ മൂർത്തി ഈണമിട്ടു.

നായികാനായകന്മാരായ സേതുലക്ഷ്മിയും ബാലകൃഷ്ണനും ശാരീരികവേഴ്ചയിലേർപ്പെടുന്ന സീക്വൻസുണ്ട്, അഭയത്തിൽ. ഒരു ചങ്ങമ്പുഴക്കവിതയാണ് അതിന്റെ പശ്ചാത്തലത്തിൽ. അപ്രതീക്ഷിത മായി പരമു അണ്ണൻ അന്ന് ആ കവിത പാടി.

ചുംബനങ്ങളനുമാത്രം വെമ്പി വെമ്പിത്തുളുമ്പും നിൻ
ചുണ്ടു രണ്ടുമെന്നെന്നേക്കുമടഞ്ഞാൽപ്പിന്നെ
നിന്നെയോർക്കാനാരു കാണും, നീയതിനാൽ നിനക്കുള്ള
നിർവൃതികളൊന്നു പോലും ബാക്കി വയ്ക്കൊല്ലേ..

'പാവം മാനവഹൃദയം', 'നീരദലതാഗൃഹം', 'രാവുപോയതറിയാതെ' തുടങ്ങിയ ഗാനങ്ങളുടെ പകരം വയ്ക്കാനില്ലാത്ത മനോഹാരിതയ്ക്കും മുകളിലാണ് 'ശ്രാന്തമംബരം' പകരുന്ന നിഗൂഢാനുഭൂതി.

ശ്രാന്തമംബരം നിദാഘോഷ്മള സ്വപ്നാക്രാന്തം
താന്തമാരബ്ധ ക്ലേശ രോമന്ഥം മമ സ്വാന്തം

പല കാരണങ്ങളാൽ മൂന്നു ദിവസമെടുത്തു, പരമു അണ്ണനുമായുള്ള അന്നത്തെ അഭിമുഖം പൂർത്തിയാക്കാൻ. മൂന്നാമത്തെ പകലിന് അസാധാരണമായ ഒരു മിസ്റ്റിക് ലഹരി കൂടിയുണ്ടായിരുന്നു. പാട്ടുകളെ പ്രണയിച്ച കലാകാരനായ നിർമ്മാതാവിന്റെ ശബ്ദത്തിൽ ആ കവിത ഇപ്പോഴും എനിക്കു കേൾക്കാം. മലയാളസിനിമയുടെ സുവർണ്ണകാലത്തുണ്ടായിരുന്ന നല്ല ചങ്ങാതിക്കൂട്ടങ്ങളുടെ സ്മാരകം പോലെ..

ക്ഷുദ്രമാമെൻ കർണ്ണത്താൽ കേൾക്കുവാനാകാത്തൊരു
ഭദ്രനിത്യതയുടെ മോഹന ഗാനാലാപാൽ
ഉദ്രസം ഫണല്ലോല്ല കല്ലോലജാലം പൊക്കി
രൗദ്രഭംഗിയിലാടി നിന്നിടും ഭുജംഗമേ
വാനം തൻ വിശാലമാം ശ്യാമവക്ഷസ്സിൽക്കൊത്തേ-
റ്റാനന്ദ മൂർഛാധീനമങ്ങനെ നില കൊൾവൂ
തത്തുകെന്നാത്മാവിങ്കൽ, കൊത്തുകെൻ ഹൃദന്തത്തിൽ
ഉത്തുംഗഫണാഗ്രത്തിലെന്നെയും വഹിച്ചാലും..

■

രാഷ്ട്രീയക്കാരി പ്രണയിക്കുമ്പോൾ

"നീ ജയിച്ചു കാണുന്നതാണ് എനിക്കിഷ്ടം. എപ്പോഴും."

സംഭവബഹുലമായിരുന്ന തെരഞ്ഞെടുപ്പുപോരാട്ടത്തിൽ ജയിച്ച ആരതി ഡൽഹിയിലേക്ക് ഹെലിക്കോപ്റ്ററിൽ യാത്ര തിരിക്കും മുമ്പ് ജെ.കെ. പറഞ്ഞു. ഒമ്പതു വർഷം മുമ്പ് വിവാഹബന്ധം വേർപെടുത്തിയവരാണ് രാഷ്ട്രീയനേതാവായ ആരതിയും ഹോട്ടൽ മാനേജരായ ജെ.കെ.യും. ധനികനും രാഷ്ട്രീയനേതാവുമായ അച്ഛന്റെ എതിർപ്പു വകവയ്ക്കാതെ ജെ.കെ. യെ പ്രണയിച്ചു വിവാഹം ചെയ്തവളാണ് ആരതി. തെരഞ്ഞെടുപ്പിൽ ആരതി മത്സരിച്ച നിയോജകമണ്ഡലത്തിലെ ഒരു പട്ടണത്തിലാണ് ജെ.കെ. ജോലി ചെയ്യുന്ന ഹോട്ടൽ. പ്രചാരണസമയത്ത് ആരതി ദിവസങ്ങളോളം താമസിച്ചത് അവിടെയാണ്. വർഷങ്ങൾക്കു ശേഷം അപ്രതീക്ഷിതമായി കണ്ടുമുട്ടിയപ്പോൾ ദാമ്പത്യത്തിന്റെ കയ്പും മധുരവുമുള്ള ഓർമ്മകൾ അവരെ വന്നു പൊതിഞ്ഞു. കാലത്തിനു മുറിവേൽപ്പിക്കാൻ കഴിയാത്ത സ്നേഹവും പരസ്പരബഹുമാനവും ഇപ്പോഴും തങ്ങൾക്കിടയിൽ നിലനിൽക്കുന്നുണ്ടെന്ന് അവർ തിരിച്ചറിഞ്ഞു.

പ്രമേയങ്ങളിൽ ഒരിക്കലും സ്വയം ആവർത്തിക്കാറില്ലാത്ത ഗുൽസാറിന്റെ ആന്ധി (1975) എന്ന സിനിമയിലെ കഥാപാത്രങ്ങളാണ് ജെ.കെ. (സഞ്ജീവ് കുമാർ)യും ആരതി (സുചിത്ര സെൻ)യും. അക്കാലത്ത് പ്രധാനമന്ത്രിയായിരുന്ന ഇന്ദിര ഗാന്ധിയും ഭർത്താവ് ഫിറോസ് ഗാന്ധിയും തമ്മിലുള്ള ബന്ധമാണ് സിനിമയ്ക്കാധാരമെന്ന് വ്യാപകമായ പ്രചാരണമുണ്ടായിരുന്നു. ഇരുപതാഴ്ചയോളം വിജയകരമായി പ്രദർശിപ്പിച്ച ആന്ധി അടിയന്തിരാവസ്ഥ പ്രഖ്യാപിച്ചതോടെ നിരോധിക്കപ്പെട്ടു. ആരതി മദ്യപിക്കുകയും പുകവലിക്കുകയും ചെയ്യുന്ന സീനുകൾ എടുത്തു മാറ്റേണ്ടി വന്നു. ഇന്ദിരാഗാന്ധിയാണ് തന്റെ ആരാധനാപാത്രം എന്ന് ആരതി പറയുന്ന സീൻ ഷൂട്ട് ചെയ്ത്

സിനിമയിൽ ഉൾപ്പെടുത്തി. ഇന്ദിരയുടെ വ്യക്തിത്വത്തിന്റെ പല സവിശേഷതകളും – നര പടർന്ന മുടി, ദ്രുതഗതിയിലുള്ള ചലനങ്ങൾ – സുചിത്ര സെൻ അനുകരിക്കുന്നുണ്ടെന്നത് യാഥാർത്ഥ്യമാണ്. അൻപതുകളിലും അറുപതുകളിലും ബിഹാറിൽ നിന്ന് പലവട്ടം പാർലമെന്റിലേക്കു തെരഞ്ഞെടുക്കപ്പെടുകയും നെഹ്റു ക്യാബിനറ്റിൽ ധനകാര്യ സഹമന്ത്രിയാകുകയും ചെയ്ത താരകേശ്വരി സിൻഹയെയും ആരതി എന്ന കഥാപാത്രത്തിന് മാതൃകയാക്കിയിരുന്നു. (ഫിറോസ് ഗാന്ധിയോട് സൗഹൃദമുണ്ടായിരുന്ന താരകേശ്വരിയെ ഇന്ദിരയ്ക്ക് വെറുപ്പായിരുന്നു.) ഏതായാലും അടിയന്തിരാവസ്ഥ പിൻവലിച്ചതിനു ശേഷം നടന്ന തെരഞ്ഞെടുപ്പിൽ ഇന്ദിര ഗാന്ധി പരാജയപ്പെട്ടതോടെ 'ആന്ധി'ക്ക് പുനർജ്ജന്മം ലഭിച്ചു.

പുരുഷകേന്ദ്രീകൃതമായ ഇൻഡ്യൻ രാഷ്ട്രീയത്തിൽ കരുത്തോടെ നിലയുറപ്പിച്ച ഒരു സ്ത്രീയുടെ കഥയെന്ന നിലയിൽ മാത്രമല്ല, അനശ്വരമായ ഗാനങ്ങളുടെ പേരിലും ആന്ധി പ്രേക്ഷകരുടെ മനം കവർന്നു. ഗുൽസാർ–ആർ.ഡി. ബർമ്മൻ സഖ്യം സർഗ്ഗശോഭയുടെ ഉച്ചസ്ഥായിയിലെത്തി നിൽക്കുന്ന കാലമായിരുന്നു അത്. കഥയുടെ സ്വഭാവമനുസരിച്ച് 'ആന്ധി'യിൽ ഒരൊറ്റ പാട്ടിനു പോലും സാദ്ധ്യതയുണ്ടായിരുന്നില്ലെന്ന് ആർ.ഡി. ബർമ്മൻ പറഞ്ഞിട്ടുണ്ട്. ഗുൽസാറിന്റെ പ്രസിദ്ധമായ ഫ്ളാഷ് ബാക് ട്രാക്കുകൾ വഴിയാണ് ആന്ധിയിൽ കിഷോർ കുമാറുടെയും ലതാ മങ്കേഷ്കറുടെയും ശബ്ദത്തിലുള്ള മനോഹരഗാനങ്ങൾ ഇടം പിടിച്ചത്. ''ഇസ് മോഡ് സേ ജാതേ ഹേ'' എന്ന പാട്ട് സിനിമയുടെ തുടക്കത്തിൽത്തന്നെ ജെ.കെ. യുടെയും ആരതിയുടെയും പ്രണയം തളിരിടുന്നതിന്റെ പശ്ചാത്തലത്തിലാണ് ചിത്രീകരിച്ചിരുന്നതെങ്കിൽ ഇപ്പോഴുള്ള ഭംഗി ഉണ്ടാകുമായിരുന്നില്ലെന്ന് ബർമ്മൻ ചൂണ്ടിക്കാണിച്ചിട്ടുണ്ട്. ഓർമ്മകളിലൂടെ ഇതൾ വിരിയുമ്പോഴാണ് ആ ഗാനത്തിന് സാംഗത്യമേറുന്നത്.

ഇസ് മോഡ് സേ ജാതേ ഹേ
കുച്ഛ് സുസ്ത് കദം രസ്തേ
കുച്ഛ് തേജ് കദം രാഹേ...

(ഈ വഴിത്തിരിവിൽ നിന്ന് ചിലർ മന്ദഗതിയിൽ പുറപ്പെടുന്നു. മറ്റു ചിലർ അതിദ്രുതം ചുവടുവച്ച് നടക്കുന്നു).

വിജിഗീഷുവായ ആരതിയുടെ ചടുലവേഗവും ശാന്തജീവിതം ഇഷ്ടപ്പെടുന്ന ജെ.കെ.യുടെ അലസചലനങ്ങളും ഈ വരികളിലുണ്ട്. അനുരാഗത്തിന്റെ ദിനങ്ങളിലേയ്ക്കും പിന്നീട് വേർപിരിയലിനു ശേഷമുള്ള വർത്തമാനകാലത്തിലേക്കും ഈ ഗാനം സഞ്ചരിക്കുന്നു. രണ്ടു കാലങ്ങളിലും അവർ ജീവിതത്തിന്റെ വഴിത്തിരിവുകളിലാണ്.

ഈ വഴികൾ എവിടേക്കു വേണമെങ്കിലും നയിച്ചേക്കാം. ശിലാ നിർമ്മിതമായ പ്രാസാദങ്ങളുടെ സുരക്ഷിതത്വത്തിലേക്ക്, എപ്പോൾ വേണമെങ്കിലും തകരാവുന്ന ചില്ലുകൊട്ടാരങ്ങളുടെ അനിശ്ചിതത്വത്തിലേക്ക്, പുൽക്കുടിലുകളിലേക്ക്. ചതിയൻ വഴികളുണ്ടാകാം. ഏകാന്തവീഥികളുണ്ടാകാം. എങ്കിലും, ഏതെങ്കിലുമൊരു പാത നിന്നിലേക്കെത്തുമെന്നാണ് എന്റെ പ്രതീക്ഷ.

യേ സോച് കെ ബൈഠ്തീ ഹൂം,
എക് രാഹ് തൊ വോ ഹോഗീ
തുമ് തക് ജോ പഹുംച്തി ഹേ

ഓർമ്മകളുടെ ചിറകിലേറി കുറച്ചുകൂടി പിറകിലേക്ക്, ശുഭാപ്തിവിശ്വാസം തുടിക്കുന്ന പ്രണയത്തിന്റെ ആദ്യനാളുകളിലേക്ക് പറക്കുന്നു, അടുത്ത ഗാനം.

തും ആ ഗയേ ഹോ നൂർ ആ ഗയാ ഹേ
നഹീം തോ ചരാഗോം സേ ലൗ ജാ രഹീ ഥീ
ജീനേ കീ തും സേ വജേ മിൽ ഗയീ ഹേ
ബഡീ ബേവജേ സിന്ദഗീ ജാ രഹീ ഥീ

(നിനക്കൊപ്പം വെളിച്ചവുമെത്തുന്നു. നീ വന്നില്ലായിരുന്നെങ്കിൽ ഈ വിളക്കുകളിലെ തിരികൾ കെട്ടുപോയേനേ. നിന്റെ വരവോടെ ജീവിതത്തിന് പുതിയ അർത്ഥങ്ങളുണ്ടായിരിക്കുന്നു.)

അനുരാഗത്തിന്റെ മധുരം കിനിയുന്ന ഈ രണ്ടു പാട്ടുകളും കശ്മീരിലെ പ്രകൃതിരമണീയമായ ലൊക്കേഷനുകളിൽ ചിത്രീകരിച്ചപ്പോൾ ഇൻഡ്യൻ സിനിമാസംഗീതത്തിലെ എക്കാലത്തെയും മികച്ച ഹിറ്റുകളിലൊന്നായ തേരേ ബിനാ സിന്ദഗി സേ കോയീ എന്ന ഗാനം എട്ടാം നൂറ്റാണ്ടിൽ കശ്മീരിലെ അനന്ത്നാഗിൽ നിർമ്മിക്കപ്പെട്ട മാർത്താണ്ഡ ക്ഷേത്രത്തിന്റെ അവശിഷ്ടങ്ങൾക്കിടയിലാണ് ഗുൽസാർ അവതരിപ്പിച്ചത്. ജെ.കെ. യുടെയും ആരതിയുടെയും ജീവിതാവസ്ഥയുമായും അർത്ഥസമ്പുഷ്ടമായ ആ ഗാനവുമായും ചേർന്നുപോകുന്ന അന്തരീക്ഷം.

തേരേ ബിനാ സിന്ദഗി സേ കോയീ ശിക്വാ തോ നഹീ
തേരേ ബിനാ സിന്ദഗി ഭീ ലേകിൻ സിന്ദഗി തോ നഹീ

(നീയില്ലാതെയും എനിക്കു ജീവിക്കാം. പക്ഷേ, അതിനെ ജീവിതമെന്നു പറയാനാകില്ലെന്നു മാത്രം.)

തൊഴിൽപരമായ ഇഷ്ടാനിഷ്ടങ്ങളുടെ പേരിൽ മാത്രം വേർപിരിഞ്ഞ ഭാര്യാഭർത്താക്കന്മാർക്ക് വർഷങ്ങൾക്കു ശേഷമുണ്ടാകുന്ന

വലിയൊരു തിരിച്ചറിവാണ് വേർപാടിന്റെ വേദന കലർന്ന ഈ ദർശനം. കേവലം മാംസനിബദ്ധമല്ലാത്ത അനുരാഗത്തിന്റെ അനശ്വരമായ പ്രകാശനമുണ്ടതിൽ. തന്റെ മുഴുവൻ പാട്ടുകൾ എടുത്തു വച്ചാലും ഈ പാട്ടിനോടു തുലനം ചെയ്യാനാകില്ലെന്ന് വിഖ്യാത പാകിസ്ഥാനി സംഗീതകാരൻ നുസ്റത് ഫത്തേ അലി ഖാൻ ഒരിക്കൽ പറഞ്ഞിട്ടുണ്ട്. സംഗീതാസ്വാദകരുടെ മനം കവർന്ന ഈ പാട്ടിന്റെ ഈണം ആർ.ഡി. ബർമ്മൻ ആന്ധിക്കു വേണ്ടിയല്ല ആദ്യം സൃഷ്ടിച്ചതെന്ന് അധികമാർക്കുമറിയില്ല. ആന്ധിയുടെ പ്രാരംഭപ്രവർത്തനങ്ങൾ നടക്കുന്ന കാലത്ത് ദുർഗ്ഗാപൂജ ആഘോഷങ്ങളുടെ ഭാഗമായി കുറച്ചു ബംഗാളി ഗാനങ്ങൾ ചിട്ടപ്പെടുത്തുകയായിരുന്നു ബർമ്മൻ. ആ ഗാനങ്ങളിലൊന്നിന്റെ ഈണം ഗുൽസാറിനെ സ്പർശിച്ചു. അദ്ദേഹം അതിൽ ഹിന്ദി പദങ്ങൾ നിറച്ച് 'ആന്ധിക്കു' വേണ്ടി ഉപയോഗിക്കുകയായിരുന്നു.

ജേതേ ജേതേ പോഥേ ഹോലോ ദേരി
തായി തോ പാരി നി ജേതേ പാരി നി

എന്നു തുടങ്ങുന്ന ആ ബംഗാളി ഗാനം ആർ.ഡി. ബർമ്മന്റെ ശബ്ദത്തിൽ യു ട്യൂബിൽ കേൾക്കാം. ഈണം മാത്രമേ ഗുൽസാർ കടം കൊണ്ടിട്ടുള്ളൂ. അദ്ദേഹത്തിന്റെ കവിതയിലെ പലതരത്തിൽ വ്യാഖ്യാനിക്കാവുന്ന ദാർശനികതലങ്ങളാണ് ഈ ഗാനത്തിന് ചിരന്തനപ്രസക്തി നൽകിയത്. മദ്ധ്യവയസ്സു കഴിഞ്ഞപ്പോൾ ആകസ്മികമായി കണ്ടുമുട്ടിയിട്ടും പരസ്പരം ബന്ധിപ്പിക്കുന്ന കണ്ണിയായി മകൾ ഉണ്ടെന്നിരിക്കിലും ഇനിയുള്ള കാലം പഴയതുപോലെ ഒന്നിച്ചു ജീവിക്കാനാകില്ലെന്ന യാഥാർത്ഥ്യം ജെ.കെ. യ്ക്കും ആരതിക്കും അറിയാം. അതുകൊണ്ടാണ്, ആരോരുമറിയാതെയുള്ള തങ്ങളുടെ രാത്രികാല സമാഗമത്തിന്റെ സാക്ഷിയായ ചന്ദ്രബിംബം മറഞ്ഞു പോകരുതെന്ന് അവർ ആഗ്രഹിച്ചുപോകുന്നത്.

തും ജോ കഹ് ദോ തൊ ആജ് കീ രാത് ചാന്ദ്
ഡൂബേഗാ നഹീ രാത് കോ രോക് ലോ...
രാത് കീ ബാത് ഹേ ഓർ
സിന്ദ്ഗി ബാകീ തോ നഹീ...

(നീ പറഞ്ഞാൽ ഈ രാത്രി ചന്ദ്രനസ്തമിക്കില്ല. രാത്രി ഒടുങ്ങാതിരിക്കട്ടെ. ഈ രാത്രി മാത്രം. ഇനിയില്ല, നാമൊരുമിച്ചുള്ള രാവുകൾ.)

ജെ.കെ. യുമായുള്ള സമാഗമങ്ങളെ അവിഹിതബന്ധമായി ചിത്രീകരിച്ച എതിർസ്ഥാനാർത്ഥിയെയും മാദ്ധ്യമങ്ങളെയും ചങ്കൂറ്റത്തോടെ

നേരിടുന്ന ആരതി തനിക്കു വോട്ടു ചെയ്യരുതെന്ന് ജനങ്ങളോട ഭ്യർത്ഥിക്കുന്നു. പക്ഷേ, ആരതിയുടെ തുറന്നുപറച്ചിൽ വോട്ടർമാരെ സ്വാധീനിച്ചു. വൻ ഭൂരിപക്ഷത്തിൽ അവർ വിജയിച്ചു. എന്നിട്ടും അച്ഛനുമമ്മയും മകളും ഒരുമിക്കുന്ന ഒരു ശുഭാന്തകഥയൊരുക്കാൻ ഗുൽസാർ ശ്രമിച്ചില്ല. ഏറ്റെടുത്ത ജോലി പൂർത്തിയാക്കണമെന്നു പറഞ്ഞ് ആരതിയെ യാത്രയയ്ക്കുകയാണ് ജെ.കെ. ആ യാത്ര അനിവാര്യമാണെന്ന് അയാൾക്കും അവൾക്കുമറിയാം. കാരണം അവരുടെ വഴികൾ രണ്ടാണ്. ആരതിയെ വഹിച്ചുകൊണ്ട് പൊടി പറത്തി ഉയർന്നുപൊങ്ങുന്ന ഹെലികോപ്റ്ററും സ്വന്തം ജീവിതത്തിന്റെ ശാന്തതയിലേക്കു തിരികെ നടക്കുന്ന ജെ.കെ.യുമാണ് 'ആന്ധി'യുടെ അവസാന ഫ്രെയിമിൽ. ജീവിതകാലം മുഴുവൻ തന്നെ പിന്തുടരാനിരിക്കുന്ന ഏകാന്തതയുമായി ജെ.കെ. പൊരുത്തപ്പെട്ടിരിക്കുന്നു; ബന്ധങ്ങളുടെ സ്നേഹപാശങ്ങളും രാഷ്ട്രീയജീവിതത്തോടുള്ള ഒടുങ്ങാത്ത അഭിനിവേശവും ചേർന്ന് വരിഞ്ഞുമുറുക്കുന്നതിന്റെ വേദനയാകും ശിഷ്ടജീവിതത്തിൽ അനുഭവിക്കേണ്ടി വരികയെന്ന യാഥാർത്ഥ്യവുമായി ആരതിയും. 'ആന്ധി' എന്ന വാക്കിനർത്ഥം 'കൊടുങ്കാറ്റ്' എന്നാണ്. ഉള്ളിലൊതുക്കിപ്പിടിച്ച കൊടുങ്കാറ്റുകളുമായി അവർ ജീവിച്ചേ പറ്റൂ. കാരണം, ചേർത്തണച്ചു സ്വന്തമാക്കൽ മാത്രമല്ല സ്നേഹം. വിട്ടുകൊടുക്കൽ കൂടിയാണ്.

സ്നേഹം സ്വാതന്ത്ര്യമാണ്.

■

എൽ ല്യൂട്ടെ: കാട്ടുമൃഗത്തെപ്പോലെ വേട്ടയാടപ്പെട്ടവൻ

"ഇത് എൽ ല്യൂട്ടെയുടെ കഥയാണ്.

ദരിദ്രനായി ജനിച്ചതിനാൽ ഒരു കാട്ടുമൃഗത്തെപ്പോലെ വേട്ടയാടപ്പെട്ടവൻ.

പക്ഷേ, വിധിക്കു കീഴടങ്ങാൻ അയാൾ തയ്യാറല്ലായിരുന്നു."

1979ൽ ബോണിയെം പുറത്തിറക്കിയ ഓഷ്യൻസ് ഓഫ് ഫാന്റസി എന്ന ആൽബത്തിലെ എൽ ല്യൂട്ടെ എന്ന വിശ്വപ്രസിദ്ധഗാനത്തിന്റെ ആമുഖമാണിത്. ഒരു കാലത്ത് പിടികിട്ടാപ്പുള്ളിയായി മുദ്രകുത്തപ്പെട്ടിരുന്ന എല്യുറ്റേറിയോ സാഞ്ചെസ് റോഡ്രിഗ്സ് എന്ന എൽ ല്യൂട്ടെ പിന്നീട് ഒരു ഫാസിസ്റ്റ് വിരുദ്ധപോരാളിയുടെ പരിവേഷത്തോടെ സ്പെയിനിലെ ദരിദ്രജനതയുടെ ആരാധനാപാത്രമായി. ഒരുപക്ഷേ കാരാഗൃഹത്തിൽത്തന്നെ ഒടുങ്ങിപ്പോകുമായിരുന്ന ജീവിതം നിരന്തരമായ പോരാട്ടത്തിലൂടെ തിരികെപ്പിടിച്ച എൽ ല്യൂട്ടെയ്ക്ക് ബോണിയെം നൽകിയ സംഗീതാദരം ഇങ്ങനെ തുടങ്ങുന്നു.

He was only nineteen
And was sentenced to die
For something that somebody else did
And blamed on El Lute

തകരപ്പണിക്കാരായ നാടോടികളുടെ മകനായി പടിഞ്ഞാറൻ സ്പെയിനിൽ 1942ൽ ജനിച്ച എൽ ല്യൂട്ടെ ദാരിദ്ര്യവും അവഗണനയും സഹിച്ചാണ് വളർന്നത്. സമൂഹവും നിയമപാലകരും അവന്റെ സമുദായത്തിലുള്ളവരെ സ്ഥിരം കുറ്റവാളികളായിക്കണ്ടു. നാട്ടിൻ പുറങ്ങളിലും നഗരങ്ങളിലും അവർ എപ്പോഴും ആട്ടിയോടിക്കപ്പെട്ടു. മൂന്നരപ്പതിറ്റാണ്ടോളം സ്പെയിനിനെ അടക്കിവാണ ഫ്രാൻസിസ്കോ ഫ്രാങ്കോയുടെ ദുർഭരണകാലമായിരുന്നു അത്. നിരന്തരമായ

അടിച്ചമർത്തലുകൾ ദരിദ്രരെ യാതനയുടെ നരകത്തീയിലേക്ക് തള്ളിയിട്ടിരുന്ന ആ ദുരിതകാലത്ത് ജീവിതത്തിന്റെ ഇരുണ്ട വശം മാത്രം കണ്ടു വളർന്നവനായിരുന്നു എൽ ല്യൂട്ടെ..

He had only seen the dark side of life
The man they called El Lute
And he wanted a home
Just like you and like me
In a country where all would be free..

ചെറുകിട കോഴിമോഷണങ്ങളും മറ്റുമായി ജീവിച്ചിരുന്ന എൽ ല്യൂട്ടെ 1965 ൽ മാഡ്രിഡിൽ നടന്ന ഒരു സ്വർണ്ണക്കവർച്ചയുമായി ബന്ധപ്പെട്ട് അറസ്റ്റിലായി. കവർച്ചാശ്രമത്തിനിടെ സ്വർണ്ണക്കടയിലെ കാവൽക്കാരൻ മരിച്ചതിന്റെ പേരിലുള്ള കൊലക്കുറ്റമടക്കം നിരവധി കേസുകൾ ചുമത്തി എൽ ല്യൂട്ടെയ്ക്ക് കോടതി വധശിക്ഷ വിധിച്ചു. പിന്നീടത് മുപ്പതു വർഷത്തെ തടവായി വെട്ടിക്കുറച്ചു. ഇരുപത്തി മൂന്നാം വയസ്സിൽ ജയിലിലായ എൽ ല്യൂട്ടെ തടവറയുടെ ഇരുട്ടിൽ നിന്ന് അക്ഷരത്തിന്റെ വെളിച്ചം തേടിപ്പിടിച്ചുകൊണ്ട് പുതിയൊരു ലോകത്തിലേക്ക് പുനർജ്ജനിച്ചു. നിയമബിരുദം നേടി. ജയിലിൽ വച്ച് രണ്ട് വാല്യങ്ങളുള്ള ഓർമ്മക്കുറിപ്പുകളെഴുതി. ഇതിനിടെ പല തവണ ജയിൽ ചാടിയ എൽ ല്യൂട്ടെ അപ്പോഴേക്കും സ്പെയിനിലെ ജനങ്ങളുടെ വീരനായകനായി മാറിയിരുന്നു. കൊടുംകുറ്റവാളിയെന്ന് പൊലീസ് പ്രഖ്യാപിച്ചിട്ടുപോലും ഒളിച്ചു ചെന്നിടത്തൊക്കെ ജനങ്ങൾ അയാളെ സ്നേഹപൂർവ്വം സംരക്ഷിച്ചു. ചെയ്യാത്ത കുറ്റത്തിന് ശിക്ഷ യനുഭവിക്കുന്ന എൽ ല്യൂട്ടെയുടെ പോരാട്ടം തങ്ങൾക്കു വേണ്ടി ക്കൂടിയുള്ളതാണെന്ന് അവർ വിശ്വസിച്ചു.

താരപരിവേഷമാർന്ന എൽ ല്യൂട്ടെയെക്കുറിച്ചുള്ള ബോണിയെ മ്മിന്റെ വാഴ്ത്തുപാട്ട് തുടരുന്നു..

So the fame of his name
Spread like wildfire all over the land
With a prize on his head
People still gave him bread
And they gave him a hand
For they knew he was right
And his fight was their fight

ജനറൽ ഫ്രാങ്കോയുടെ ഫാസിസ്റ്റ് ഭരണത്തിനെതിരെയുള്ള ജനരോഷത്തിന്റെ പ്രത്യക്ഷ പ്രതീകമായി ഐതിഹാസികമാനം

കൈവരിച്ച എൽ ല്യൂട്ടെയെ പിടികൂടാൻ രാജ്യമെങ്ങും പൊലീസ് വല വിരിച്ചു. ചുമരുകളിലെല്ലാം അയാളുടെ ചിത്രം പതിച്ചു. പക്ഷേ, ജനപിന്തുണയുടെ ബലത്തിൽ എൽ ല്യൂട്ടെ വീണ്ടും കവർച്ചകൾ നടത്തിക്കൊണ്ടിരുന്നു. പാവപ്പെട്ടവരെ സഹായിക്കാൻ വേണ്ടിയുള്ള റോബിൻ ഹുഡ് സ്റ്റൈൽ മോഷണങ്ങളായിരുന്നു അവയെല്ലാം. അങ്ങനെ കൂടുതൽ ജനപ്രിയനായി മാറിയ എൽ ല്യൂട്ടെ ഒടുവിൽ നിയമത്തിന്റെ പിടിയിലായി. പക്ഷേ, അപ്പോഴും ഭാഗ്യം അയാൾക്കൊപ്പമായിരുന്നു.

And that seemed the end
But they caught him in vain
'Cause a change came for Spain
And El Lute

ഫ്രാങ്കോയുടെ മരണത്തിനുശേഷമുണ്ടായ ഭരണമാറ്റത്തോടെ ജന്മനാടിനോടൊപ്പം എൽ ല്യൂട്ടെയും മോചിതനായി. അപ്പോഴേക്കും നാലു പുസ്തകങ്ങൾ എൽ ല്യൂട്ടെ രചിച്ചിരുന്നു. ഫോർജ് ഓൺ ഓർ ഡൈ (1977). റ്റുമോറോ ഐ വിൽ ബി ഫ്രീ (1979) എന്നീ പുസ്തകങ്ങൾ ജയിലിൽ വച്ചെഴുതിയതാണ്. എ പെൻ ബിഹൈൻഡ് ബാഴ്സ് (1981), വെൻ റ്റു റെസിസ്റ്റ് റ്റു സക്സീഡ് (2013) എന്നിവയാണ് മറ്റു പുസ്തകങ്ങൾ.

1981 ൽ തടവറയിൽ നിന്നു പുറത്തുവരുമ്പോൾ എൽ ല്യൂട്ടെയ്ക്ക് മുപ്പത്തിയൊമ്പതു വയസ്സായിരുന്നു. അതിസാഹസികമായ തന്റെ പൂർവ്വകാലം മറന്നുകൊണ്ട് ഒരു സാധാരണ ജീവിതം നയിക്കാൻ ശ്രമിച്ച അയാളെ മാദ്ധ്യമങ്ങൾ വിടാതെ പിന്തുടർന്നു കൊണ്ടേയിരുന്നു. ജനപ്രിയരായ ക്രിമിനലുകൾ എക്കാലത്തും മാദ്ധ്യമങ്ങളുടെ കണ്ണിലുണ്ണികളാണല്ലോ. ഒരു പുരാവൃത്തം പോലെ വളർന്നുവലുതായ എൽ ല്യൂട്ടെയുടെ ജീവിതം സ്പെയിനിലെ ഏറ്റവും പ്രധാനപ്പെട്ട ചലച്ചിത്രകാരന്മാരിലൊരാളായ വിൻസെന്റെ അരാൻഡയുടെ രണ്ടു സിനിമകളുടെ പ്രമേയമാകുകയും ചെയ്തു. എൽ ല്യൂട്ടെയുടെ ഓർമ്മക്കുറിപ്പുകളായിരുന്നു രണ്ടു സിനിമകൾക്കും അവലംബം. 1987ൽ പുറത്തുവന്ന 'എൽ ല്യൂട്ടെ, റൺ ഫോർ യുവർ ലൈഫ്' എന്ന ചിത്രം ഈ അഭിനവ കായംകുളം കൊച്ചുണ്ണിയുടെ ആദ്യകാല ജീവിതത്തെ ആസ്പദമാക്കിയുള്ളതാണ്. എൽ ല്യൂട്ടെ എഴുതിവച്ചതത്രയും അതേപടി സിനിമയാക്കുകയായിരുന്നില്ല, അരാൻഡ. പ്രക്ഷുബ്ധമായ ഒരു കാലഘട്ടത്തിന്റെ രാഷ്ട്രീയ-സാമൂഹ്യജീവിതം നിശിതമായ വിമർശനബുദ്ധിയോടെ വരച്ചുകാട്ടാനാണ് അദ്ദേഹം

ശ്രമിച്ചത്. ബോക്സോഫീസിൽ വൻ വിജയമായിരുന്ന ഈ സിനിമ യുടെ രണ്ടാം ഭാഗമായി അടുത്ത വർഷം തന്നെ പുറത്തു വന്ന 'റ്റുമോറോ ഐ വിൽ ബി ഫ്രീ' ജയിൽ ചാടി ബന്ധുക്കളൊടൊപ്പം ചേരുന്ന എൽ ല്യൂട്ടെയെക്കുറിച്ചാണ്. യഥാർത്ഥ സംഭവങ്ങളേക്കാൾ കൽപിത കഥകളിലൂന്നിയാണ് അരാൻഡ ഈ സിനിമ ചെയ്തത്. വ്യത്യസ്തമായ ഒരു ത്രില്ലർ ശൈലി പിന്തുടരുന്ന രണ്ടാം ഭാഗം അക്രമരംഗങ്ങളും ലൈംഗികതയും നിറഞ്ഞതാണ്. എൽ ല്യൂട്ടെ ജനിച്ച മെർക്കേറോ സമുദായമടക്കമുള്ള ദരിദ്രജനവിഭാഗങ്ങളോട് ഫ്രാങ്കോ ഭരണകൂടം കൈക്കൊണ്ട നിഷ്ഠുര സമീപനങ്ങളെ അരാൻഡ ഈ സിനിമയിലൂടെ രൂക്ഷമായി വിമർശിക്കുന്നുമുണ്ട്.

ദാരിദ്ര്യമാണ് എൽ ല്യൂട്ടെയെ കുറ്റവാളിയാക്കിയത്. പക്ഷേ, ജീവിച്ചിരിക്കുമ്പോൾത്തന്നെ സ്വന്തം രാജ്യത്തിന്റെ പുരാവൃത്ത ങ്ങളിൽ അയാൾ ഇടം പിടിച്ചു. കീഴാളജീവിതത്തിന്റെ പോരാട്ട വിജയമാണത്. അടിച്ചമർത്തപ്പെട്ടവന്റെ ഒടുങ്ങാത്ത ഇച്ഛാശക്തിക്കും സ്വാതന്ത്ര്യവാഞ്ഛയ്ക്കും മുന്നിൽ ഏതു തടവറയും തകരുമെന്നു കൂടി തെളിയിക്കുകയാണ് ഈ മനുഷ്യന്റെ ജീവിതം.

■

കാറ്റിലലിഞ്ഞ ഗീതം

ജൂലൈ മാസത്തിലെ തോരാമഴയിലൂടെ യാത്ര ചെയ്യുമ്പോൾ ഗീതാ ദത്തിന്റെ നൊമ്പരമൂറുന്ന പാട്ടു കേട്ടു.

വക്ത് നേ കിയാ ക്യാ ഹസീ സിതം
ഹം രഹേ ന ഹം, തും രഹേ ന തും...

ജീവിതത്തിൽ കാലം വരുത്തി വച്ച വിചിത്ര ദുരന്തങ്ങളെക്കുറിച്ചാണ് ആ പാട്ട്. ഭർത്താവ് ഗുരു ദത്ത് സംവിധാനം ചെയ്ത 'കാഗസ് കേ ഫൂൽ' (1959) എന്ന ചിത്രത്തിനു വേണ്ടി ഗീത പാടിയ ഈ ഗാനം ഇരുവരുടെയും ജീവിതത്തിന്റെ ദുരന്തപ്രവചനം പോലെയായി.

1972 ജൂലൈ 20ന്, നാൽപ്പത്തിരണ്ടാം വയസ്സിൽ അകാല ചരമമടഞ്ഞ ഗീത ഘോഷ് റോയ് ചൗധരി എന്ന ഗീത ദത്തിന്റെ സംഗീത ജീവിതം കാൽ നൂറ്റാണ്ട് നീണ്ടു നിന്നു. എസ്.ഡി. ബർമ്മൻ, ഒ.പി. നയ്യാർ, ഹേമന്ത് കുമാർ, മദൻ മോഹൻ തുടങ്ങി എണ്ണം പറഞ്ഞ സംഗീത സംവിധായകർ അവരുടെ ഗാനചഷകങ്ങളിലേക്ക് ശാസ്ത്രീയ സംഗീത വഴികളിലൂടെ അധികം കടന്നു പോയിട്ടില്ലാത്ത ഗീത ദത്തിന്റെ സ്വാഭാവിക സ്വരമാധുരി പകർന്നുവച്ചു. എല്ലാ വികാരങ്ങൾക്കും അനായാസം വഴങ്ങി, ആ ശബ്ദം. ചലേ ആവോ ചലേ ആവോ (സാഹിബ് ബീബി ഔർ ഗുലാം), ബാബുജീ ധീരേ ചൽനാ (ആർ പാർ), മുഝേ ജാന് ന കഹോ മേരേ ജാൻ (അനുഭവ്), മേരാ നാം ചിൻ ചിൻ ചു (ഹൗറാ ബ്രിഡ്ജ്), തഖ്ബീർ സേ ബിഗ്ഡി ഹുയി തഖ്ദീർ ബനാ ദേ (ബാസി) ആലാപനത്തിലെ വൈവിദ്ധ്യം കൊണ്ട് ഗീതയെ അനശ്വരയാക്കുന്ന എത്രയെത്ര പാട്ടുകൾ.

വേറിട്ടൊരു ആലാപനാനുഭൂതി പകർന്നുകൊണ്ട് 1969ൽ ലത മങ്കേഷ്കർ അരങ്ങു കയ്യടക്കും വരെ ഹിന്ദി ചലച്ചിത്രഗാനരംഗത്തെ ഒന്നാം സ്ഥാനക്കാരിയായിരുന്നു ഗീത ദത്ത്.

1951ൽ, അന്ന് കന്നി സംവിധായകനായിരുന്ന ഗുരു ദത്ത് എന്ന ഇതിഹാസതാരത്തെ കണ്ടുമുട്ടിയത് ഗീതയുടെ ജീവിതത്തിലെ വഴിത്തിരിവായി. അവർ അനുരാഗബദ്ധരായി. 1953ൽ വിവാഹിതരായി. അക്കാലത്ത് അതിസമ്പന്നയും പ്രശസ്തയുമായിരുന്ന ഗീതയെ ഗുരു ദത്ത് വിവാഹം ചെയ്തത് സ്വത്തു മോഹിച്ചാണെന്ന ആക്ഷേപമുണ്ടായി. അതു സഹിക്കാതെ വന്നപ്പോൾ തന്റെ സിനിമകളിൽ മാത്രം ഇനി ഗീത പാടിയാൽ മതി എന്ന് ഗുരു ദത്ത് നിഷ്കർഷിക്കുക പോലുമുണ്ടായി. ആ നിർദ്ദേശം ഒരു പരിധി വരെ അനുസരിച്ചുകൊണ്ട് ദാമ്പത്യജീവിതം സമാധാനപൂർവ്വം മുന്നോട്ടു കൊണ്ടുപോകാൻ ശ്രമിച്ച ഗീതയെ തകർത്തത് ഗുരു ദത്തിലെ കലാകാരൻ വ്യക്തിജീവിതത്തിൽ കാണിച്ച അച്ചടക്കമില്ലായ്മയും വിശ്വാസവഞ്ചനകളുമായിരുന്നു. സിനിമാ സെറ്റുകളിൽ തികഞ്ഞ അച്ചടക്കം വേണമെന്നു മറ്റുള്ളവരോടു ശഠിച്ചിരുന്ന ഗുരു ദത്ത് കടുത്ത പുകവലിക്കാരനും മദ്യപനുമായിരുന്നു. പല സ്ത്രീകളുമായും ബന്ധമുണ്ടെന്ന അപഖ്യാതിയുമുണ്ടായി. നടി വഹീദ റഹ്മാനുമായി ഗുരു ദത്ത് അടുപ്പത്തിലാണെന്ന കഥ 1950കളിലെ സിനിമാ ഗോസിപ്പു കോളങ്ങളിൽ നിറഞ്ഞു നിന്നിരുന്നു. അതോടെ ഗീത ഭർത്താവിനോട് മാനസികമായി അകന്നു.

പ്രശസ്തിയുടെ കൊടുമുടിയിൽ നിൽക്കുമ്പോൾ, 1959ൽ ഗുരു ദത്ത് സംവിധാനം ചെയ്ത് നായകനായഭിനയിച്ച 'കാഗസ് കേ ഫൂൽ' എന്ന ചിത്രം വലിയൊരു ജീവിതദുരന്തത്തിന്റെ പ്രവചനം പോലെയായിരുന്നു. ഭാര്യയുമായുള്ള ബന്ധം ഏതാണ്ടു തകർന്ന ഒരു പ്രശസ്ത സംവിധായകൻ താൻ കണ്ടെത്തിയ നായികയുമായി പ്രണയത്തിലാകുന്നതും തുടർന്ന് ജീവിതത്തിന്റെ സമസ്ത മേഖലയിലും തകർച്ച നേരിടുന്നതും ഒടുവിൽ മരിക്കുന്നതുമാണ് ആ സിനിമയുടെ പ്രമേയം. വഹീദ റഹ്മാൻ തന്നെയാണ് ഗുരു ദത്ത് അവതരിപ്പിച്ച സംവിധായക കഥാപാത്രത്തിന്റെ ഹൃദയം കവരുന്ന നായികയായി അഭിനയിച്ചത്. ആ കഥാപാത്രങ്ങളുടെ ഏറ്റവും തീക്ഷ്ണമായ ഹൃദയവികാരങ്ങൾ ആവിഷ്കരിക്കുന്ന ഒരു ഗാനത്തിന്റെ വരികളാണ് തുടക്കത്തിൽ കുറിച്ചത്. കമിതാക്കൾക്ക് പരസ്പരം പിരിഞ്ഞു പോയേ തീരൂ എന്ന ഘട്ടമെത്തിയിരിക്കുന്നു. വിവാഹിതനായ ഒരാളുടെ ജീവിതത്തിലേക്കു കയറിച്ചെല്ലുന്ന അവിവാഹിതയായ കാമുകി പലപ്പോഴും കടന്നു പോകുന്ന അവസ്ഥ. യഥാർത്ഥ ജീവിതത്തിൽ സ്വന്തം ദാമ്പത്യത്തിലെ കരടായി മാറിയ ഒരു സ്ത്രീ അത്തരമൊരു കഥാപാത്രമായി വെള്ളിത്തിരയിൽ നിറഞ്ഞാടുമ്പോൾ അവൾക്കു വേണ്ടി പിന്നണിയിൽ നിന്നു പാടേണ്ടി വന്നു, ഗീതാ ദത്തിന്.

കൈഫി ആസ്മി രചിച്ച് എസ്.ഡി. ബർമ്മൻ ഈണം പകർന്ന ഈ ഗാനം പാടുമ്പോൾ ഗീത ദത്ത് ജീവിതത്തിലെ ഏറ്റവും കടുത്ത വിഷാദസന്ധിയിലായിരുന്നു. ആ പാട്ടിൽ അവരുടെ കരയുന്ന മനസ്സുണ്ടായിരുന്നു.

വക്ത് നേ കിയാ ക്യാ ഹസീ സിതം
ഹം രഹേ ന ഹം, തും രഹേ ന തും...

(കാലം വരുത്തിവച്ച വിചിത്ര ദുരന്തം നോക്കൂ.. ഞാനും നീയും എത്ര മാറിപ്പോയിരിക്കുന്നു.)

(അസാമാന്യപ്രതിഭകളായിരുന്ന ഗുരുവും ഗീതയും തമ്മിലുള്ള ബന്ധം ഒരു പതിറ്റാണ്ടിനിടെ അത്രമേൽ മാറിപ്പോയിരുന്നു.)

ബേക്രാര് ദിൽ ഇസ് തരാഹ് മിലേ
ജിസ് തരാഹ് കഭീ ഹം ജുദാ ന ഥേ...

(ജന്മാന്തരബന്ധമുള്ളവരെപ്പോലെയാണ് നമ്മൾ കണ്ടുമുട്ടിയത്. പക്ഷേ, സംഭവിച്ചതോ...)

തും ഭി ഖോ ഗയേ, ഹം ഭി ഖോ ഗയേ...
ഏക് രാഹ് പർ ചൽ കേ ദോ കദം...

(ഒരേ വഴിക്ക് കുറച്ചു ദൂരം ഒരുമിച്ചു നടന്നു. പിന്നെ, നമ്മൾ പരസ്പരം നഷ്ടപ്പെട്ടു.)

ഇൻഡ്യയിലെ ആദ്യ സിനിമാസ്കോപ് ചിത്രമായ കാഗസ് കേ ഫൂൽ ബോക്സോഫീസിൽ തകർന്നു വീണു. പിന്നീടൊരിക്കലും ഗുരു ദത്ത് സംവിധായകന്റെ തൊപ്പിയണിഞ്ഞിട്ടില്ല. നടിയെന്ന നിലയിൽ ഉയരങ്ങൾ കീഴടക്കാനുള്ള ചവിട്ടുപടിയായി മാത്രമാണ് വഹീദ റഹ്മാൻ ഗുരു ദത്തിനെ കണ്ടിരുന്നതെന്ന് കാലം തെളിയിച്ചു. ദത്തിന്റെ അവസാനകാലത്ത് അദ്ദേഹത്തിന്റെ സിനിമകൾക്ക് ഡേറ്റ് കൊടുക്കാൻ പോലും വഹീദ തയ്യാറായില്ല. വിഷാദരോഗിയും ആത്മഹത്യാപ്രവണതയുള്ളയാളുമായിരുന്ന ഗുരു ദത്തിന്റെ ജീവിതം കൂടുതൽ തകർച്ചയിലേക്ക് കൂപ്പുകുത്തി. കാഗസ് കേ ഫൂലിലെ നായക കഥാപാത്രമായ സുരേഷ് സിൻഹ എന്ന സംവിധായകനെ ഓർമ്മിപ്പിക്കുംവിധം മദ്യത്തിനും ഉറക്കഗുളികകൾക്കും അടിമയായി വെറും മുപ്പത്തൊൻപതാം വയസ്സിൽ ഗുരു ദത്തിന്റെ ജീവിതം അവസാനിച്ചു.

കാഗസ് കേ ഫൂലിലെ ആ ഗാനം ഇങ്ങനെ അവസാനിക്കുന്നു.

ജായേംഗേ കഹാം... സൂച്താ നഹീ
ചൽ പഡേ മഗർ രാസ്താ നഹീ

ക്യാ തലാശ് ഹേ, കുഛ് പതാ നഹീ
ബൻ രഹേ ഹേ ദിൽ ഖാബ് ദം-ബ്-ദം

(എവിടേക്കാണ് പോകുന്നതെന്നറിയില്ല. വഴിയറിയാഞ്ഞിട്ടും നമ്മൾ നടന്നു. എന്തു തേടിയായിരുന്നു, നമ്മുടെ യാത്ര? അറിയില്ല. ഓരോ ശ്വാസത്തിലും പുതിയ സ്വപ്നങ്ങൾ നെയ്യുകയാണ് ഹൃദയം.)

മദ്യലഹരിയുടെ നിലകാണാക്കയങ്ങളിൽ മുങ്ങിയ ഗീത ദത്ത് അവസാനം വരെ പിടിച്ചുനിൽക്കാൻ ശ്രമിച്ചു. പക്ഷേ, 1970 ജൂലൈ 20ന് ആ ശബ്ദം എന്നന്നേക്കുമായി നിലച്ചു.

'വക്ത് നേ കിയാ' എന്ന ഗാനം പിന്നെയും പലരും പാടിക്കേട്ടു; ലത മങ്കേഷ്കർ അടക്കം പലരും. പക്ഷേ, ജീവിതത്തിന്റെ ചില്ലു പാത്രം വീണുടയുംപോലുള്ള ഗീതയുടെ ശബ്ദം അനുഭവിപ്പിക്കാൻ ലത മങ്കേഷ്കറുടെ സ്വരസൗകുമാര്യത്തിനു പോലുമായില്ല.

സമയതീരത്തിനപ്പുറം നിന്ന് ഗീത ദത്ത് ഇപ്പോഴും വിളിക്കുന്നു.

കോയി ദൂര് സേ ആവാസ് ദേ
ചലേ ആവോ... ചലേ ആവോ...

(അകലെ നിന്നാരോ വിളിക്കുന്നു. വരൂ... വരൂ...)

മഴ പോലെ കണ്ണീരും ചിരിയും പൊഴിക്കുന്ന ഗീതയുടെ സംഗീത ധാരയ്ക്ക് പ്രണാമം.

■

ചരിത്രം തുളുമ്പിയ പാട്ടിന്റെ ചഷകം

"I know you got to disturb the peace
when you can't get no peace."

-Aretha Franklin

അമേരിക്കയിലെ കറുത്ത വംശക്കാരുടെ മാത്രമല്ല, അമേരിക്കയുടെ തന്നെ ശബ്ദമായിരുന്നു അറീത ഫ്രാങ്ക്ളിൻ. ബ്ളൂസ് സംഗീതത്തിന്റെ സംയമം, സോൾ സംഗീതത്തിന്റെ വൈകാരികത, ജാസിന്റെ ഭാവ തീവ്രത, ക്രിസ്തീയ സുവിശേഷഗാനങ്ങളുടെ ആഹ്ലാദാതിരേകം നിറഞ്ഞ ആത്മീയത. ഇതെല്ലാമാണ് അറീതയുടെ സംഗീതമുദ്രകൾ. അനീതികളെ പാട്ടുകളിലൂടെ എതിർത്ത, താരസ്ഥായിയിലുള്ള ശബ്ദത്തിന്റെ മാസ്മരികത കൊണ്ടും പിയാനോ വാദനത്തിലെ അനിതരസാധാരണമായ കൈത്തഴക്കം കൊണ്ടും കോടിക്കണക്കിനു സംഗീതപ്രേമികളെ വിസ്മയിപ്പിച്ച അറീത ഫ്രാങ്ക്ളിൻ 2018 ഓഗസ്റ്റ് 16ന്, എഴുപത്തിയാറാം വയസ്സിൽ വിടപറഞ്ഞു.

ഡിസംബർ 6, 2015.

വാഷിങ്ടൺ ഡി സി യിലെ കെന്നഡി സെന്റർ.

വിഖ്യാത ഗായികയും ഗാനരചയിതാവുമായ കാരൊൾ കിങ് ഉൾപ്പെടെ അഞ്ചു സർഗ്ഗപ്രതിഭകളെ ആദരിക്കുന്ന വേദി. പ്രസിഡന്റ് ബറാക് ഒബാമയും പ്രഥമവനിത മിഷേലുമടക്കം ഒരുപാടു വിശിഷ്ട വ്യക്തികൾ നിറഞ്ഞ സദസ്സ്.

എഴുപത്തിമൂന്നുകാരിയായ അറീത ഫ്രാങ്ക്ളിൻ വേദിയിലേക്ക് കടന്നു വരുന്നു. സദസ്സിൽ ഹർഷാരവമുയരുന്നു. ഒരു നിമിഷം പോലും കളയാതെ അറീത പിയാനോ വായിച്ച് പാടാൻ തുടങ്ങുന്നു. ആയിരത്തിത്തൊള്ളായിരത്തി അൻപതുകളുടെ അവസാനപാദം മുതൽ ഈ നിമിഷം വരെയും പാശ്ചാത്യസംഗീതപ്രേമികളെ ഹരം കൊള്ളിച്ചുകൊണ്ടിരിക്കുന്ന അനശ്വരമായ ഒരു ഗാനത്തിന്റെ ഊഷ്മള നദി അറീതയുടെ ശബ്ദത്തിലൂടെ ഒഴുകുകയായി.

Looking out on the morning rain
I used to feel so uninspired
And when I knew I had to face another day
Lord, it made me feel so tired
Before the day I met you, life was so unkind
But you're the key to my peace of mind
'Cause you make me feel
You make me feel
You make me feel like
A natural woman..

1967ൽ കാരൊൾ കിങ്ങും ഭർത്താവ് ജെറി ജോഫിനും ചേർന്നൊരുക്കി, അറീത ഫ്രാങ്ക്ളിന്റെ ആലാപനത്തിലൂടെ തലമുറകളെ ഹരം കൊള്ളിച്ച യൂ മേയ്ക്ക് മീ ഫീൽ ലൈക് എ നാചുറൽ വുമൺ എന്ന ഗാനം. ഒന്നും ചെയ്യാൻ തോന്നാതെ പുലർകാലമഴയിലേക്കു നോക്കിയിരിക്കുന്ന, ഒരു ദിവസത്തെക്കൂടി അഭിമുഖീകരിക്കണമല്ലോ എന്നോർക്കുമ്പോൾ തളർന്നു പോകുന്ന, വിഷാദരോഗിയായ പെൺകുട്ടി പിന്നീട് പ്രണയത്തിൽ ജീവിതത്തിന്റെ പുതിയ അർത്ഥങ്ങൾ കണ്ടെത്തുന്നതാണ് ഈ പാട്ടിന്റെ പ്രമേയം. അറുപതുകളിൽ ഫെമിനിസ്റ്റ് പ്രസ്ഥാനങ്ങൾ ശക്തി പ്രാപിക്കുമ്പോൾ രചിക്കപ്പെട്ട്, പിന്നീട് എത്രയോ ഗായികമാർ അവരവരുടേതായ ശൈലിയിൽ പുനരാവിഷ്കരിച്ച ഈ ഗാനം ഇപ്പോഴും സ്ത്രീപക്ഷചിന്തയുടെ പ്രതീകങ്ങളിലൊന്നാണ്.

നാലു പതിറ്റാണ്ടുകൾക്കു മുമ്പ് ആ പാട്ട് ആദ്യമായി റെക്കോഡ് ചെയ്യുമ്പോഴുണ്ടായിരുന്ന വന്യമായ ഊർജ്ജം എഴുപത്തിമൂന്നാം വയസ്സിലും അറീതയുടെ ശബ്ദത്തിലുണ്ടായിരുന്നു. അറീത തന്നെയായിരുന്നു ആ രാത്രിയിലെ താരം. തന്റെ സൃഷ്ടി പ്രിയപ്പെട്ട ഗായികയിലൂടെ ഒരിക്കൽക്കൂടി നേരിട്ടു പാടിക്കേട്ട ഓരോ നിമിഷത്തിലും ഉൻമാദത്തിന്റെ കൊടുമുടികളിലേക്കുയരുകയായിരുന്നു കാരൊൾ കിങ്. പാട്ടിന്റെ ഗൃഹാതുരതയിൽ പ്രസിഡന്റ് ഒബാമയുടെ കണ്ണു നിറഞ്ഞു. ഒബാമ പിന്നീട് എഴുതി: ‘‘അറീതയുടെ പാട്ടിൽ നിറഞ്ഞുതുളുമ്പുന്നത് അമേരിക്കയുടെ ചരിത്രം തന്നെയാണ്. അതുകൊണ്ടാണ് അവർ ‘നാചറൽ വുമൺ’ പാടുമ്പോൾ എന്റെ കണ്ണു നിറയുന്നത്. അമേരിക്കൻ അനുഭവത്തിന്റെ പൂർണ്ണതയാണത്. സമന്വയത്തിന്റെയും സമരസപ്പെടലിന്റെയും അതിഭൗതികാനുഭവങ്ങളുടെയും സാദ്ധ്യതകൾ അതിലുണ്ട്.’’

അറിയപ്പെടുന്ന സുവിശേഷപ്രസംഗകനായിരുന്ന സി.എൽ. ഫ്രാങ്ക്ളിന്റെയും പിയാനിസ്റ്റും ഗായികയുമായിരുന്ന ബാർബറ സിഗേഴ്സിന്റെയും മകളായി 1942 മാർച്ച് 25നാണ് അറീത ജനിച്ചത്.

സ്ത്രീലമ്പടനും മദ്യപനും പീഡകനുമായിരുന്ന ഫ്രാങ്ക്ളിനെ ഉപേക്ഷിച്ചുപോയ ബാർബറ താമസിയാതെ മരണമടഞ്ഞു. പന്ത്രണ്ടാം വയസ്സു മുതൽ പിതാവിനോടൊപ്പം നാടുചുറ്റാൻ തുടങ്ങിയ അറീത സുവിശേഷഗാനങ്ങളിലൂടെയാണ് സംഗീതജീവിതം തുടങ്ങിയത്. 1960ൽ കൊളംബിയ റെക്കോഡ്സുമായും 1966ൽ അറ്റ്ലാന്റിക് റെക്കോഡ്സുമായും ബന്ധപ്പെടുന്നതോടെ അറീതയുടെ സംഗീത ജീവിതത്തിന്റെ ഗതി മാറി. 'നാചറൽ വുമൺ' അടക്കം അറ്റ്ലാന്റിക് റെക്കോഡ്സിനു വേണ്ടി ആലപിച്ച ഗാനങ്ങൾ - ഡു റൈറ്റ് വുമൺ ഡു റൈറ്റ് മാൻ, റെസ്പെക്റ്റ്, ഡോക്റ്റർ ഫീൽ ഗുഡ്, തിങ്ക്, ചെയ്ൻ ഓഫ് ഫൂൾസ് - അറീതയെ പ്രശസ്തിയിലേക്കുയർത്തി.

'റെസ്പെക്റ്റ്' എന്ന ഗാനത്തെ ആലാപനത്തിന്റെ തീക്ഷ്ണ ഭാവങ്ങളിലൂടെ അറീത ഒരു ഫെമിനിസ്റ്റ് ഗീതമാക്കി ചരിത്രത്തിൽ പ്രതിഷ്ഠിച്ചു.

What you want
Baby, I got it
What you need
Do you know I got it?
All I'm askin'
Is for a little respect when you get home

1967 ഏപ്രിലിലാണ് ഈ ആൽബം പുറത്തുവന്നത്. ആ വർഷം ജൂലൈയിൽ അറീതയുടെ ജന്മസ്ഥലമായ ഡിട്രോയിറ്റ് നഗരത്തിൽ ഒരു വംശീയകലാപം നടന്നു. നാൽപ്പത്തിമൂന്നു പേരുടെ മരണത്തിൽ കലാശിച്ച ആ കലാപത്തിനു ശേഷം ശുഭപ്രതീക്ഷയുടെ പ്രതീകമായി മാറി 'റെസ്പെക്റ്റ്' എന്ന ഗാനം. കറുപ്പിന്റെ ശക്തി ഗീതമാകാനുള്ള ദൃഢതയുമുണ്ടായിരുന്നു ആ പാട്ടിന്.

ഒരു സുവിശേഷ ഗായികയെന്ന നിലയിൽ മാർട്ടിൻ ലൂഥർ കിങ്ങിനൊപ്പം യാത്രചെയ്തിട്ടുള്ള അറീതയ്ക്ക് തികഞ്ഞ രാഷ്ട്രീയ സ്വത്വവും ഉണ്ടായിരുന്നു. 1968 ൽ മാർട്ടിൻ ലൂഥർ കിങ്ങിന് അന്ത്യോപചാരമർപ്പിച്ചുകൊണ്ട് അറീത നടത്തിയ ഗാനാർച്ചന ചരിത്രത്തിന്റെ ഭാഗമാണ്. 1971ൽ അമേരിക്കൻ കമ്യൂണിസ്റ്റ് പാർട്ടി പ്രവർത്തക ഏയ്ഞ്ജലാ ഡേവിസിനെ ഗൂഢാലോചനക്കുറ്റം ചുമത്തി അറസ്റ്റു ചെയ്തപ്പോൾ അവരെ ജാമ്യത്തിലെടുക്കാൻ തയ്യാറാണെന്ന് പരസ്യമായി പ്രഖ്യാപിച്ചു കൊണ്ട് അറീത പറഞ്ഞു: "Angela Davis must go free. I know you got to disturb the peace when you can't get no peace."

തുടക്കം തൊട്ടേ അസ്വസ്ഥമായിരുന്നു അറീതയുടെ സ്വകാര്യജീവിതം. വിവാഹത്തിനു മുമ്പ് പന്ത്രണ്ടാം വയസ്സിൽ ഗർഭിണിയാകുകയും

അമ്മയാകുകയും ചെയ്ത അറീത രണ്ടു വർഷത്തിനു ശേഷം മറ്റൊരു കുഞ്ഞിനു കൂടി ജന്മം നൽകി. അക്കാലത്ത് അമേരിക്കൻ സുവിശേഷസമൂഹത്തിൽ നിലനിന്നിരുന്ന അമിതസ്വാതന്ത്ര്യമുള്ള സ്ത്രീപുരുഷ ബന്ധങ്ങളുടെ പരിണതിയായിരുന്നു അത്. ആദ്യഭർത്താവ് ടെഡ് വൈറ്റുമായി 1969ലും രണ്ടാമത്തെ ഭർത്താവ്, നടൻ ഗ്ലിൻ ടർമാനുമായി 1984ലും അറീത വേർപിരിഞ്ഞു. രണ്ടു വിവാഹബന്ധങ്ങളും പരാജയമായിരുന്നെങ്കിലും പാടുമ്പോൾ നിത്യപ്രണയിനിയായിരുന്നു അറീത; മനുഷ്യന്റെയും ദൈവത്തിന്റെയും നിത്യകാമുകി.

ഏതു പാട്ടിനേയും സ്വാംശീകരിച്ച് സ്വന്തമാക്കാനുള്ള പ്രതിഭയുണ്ടായിരുന്നു അറീതയ്ക്ക്. സ്വകാര്യജീവിതത്തിലെ ദുഃഖങ്ങളും വേദനകളും അവർ പാട്ടിലേക്ക് പകർന്നു വച്ചത് സ്ത്രീശക്തിയുടെയും ശുഭപ്രതീക്ഷയുടെയും രൂപത്തിലായിരുന്നു. വേദനയെ പ്രത്യാശയുടെ സംഗീതമാക്കി മാറ്റുന്ന അസാധാരണമായ സിദ്ധി. പക്ഷേ പലതരം അസുഖങ്ങളും കടുത്ത വിഷാദരോഗവും ഒഴിയാബാധകളായി അറീതയെ പിന്തുടർന്നിരുന്നു.

റൊക്കം പണം വാങ്ങുന്ന കണിശക്കാരിയായിരുന്നു അവർ. പണം ആദ്യം വാങ്ങിയിട്ടേ പാടുമായിരുന്നുള്ളൂ. പണമടങ്ങിയ പേഴ്സ് എപ്പോഴും കയ്യിലുണ്ടാകുമായിരുന്നു. അറീത വളർന്നു വന്ന കാലഘട്ടം പകർന്നു കൊടുത്ത ശീലമാണത്. ആരും എപ്പോൾ വേണമെങ്കിലും ഉപദ്രവിച്ചേക്കാം എന്ന തോന്നൽ. ‘‘സ്ത്രീകൾ എപ്പോഴും കരുത്തോടെ ജീവിക്കണം,’’ അറീത ഒരഭിമുഖത്തിൽ പറഞ്ഞു. ‘‘അല്ലെങ്കിൽ ചിലർ നിങ്ങളെ ചവിട്ടിമെതിച്ചേക്കും.’’

റോക് ആൻഡ് റോൾ ഹാൾ ഓഫ് ഫെയ്മിൽ ഇടം നേടിയ ആദ്യഗായികയാണ് അറീത. റോളിങ് സ്റ്റോൺ മാഗസിന്റെ എക്കാലത്തെയും മികച്ച നൂറു ഗായകരുടെ പട്ടികയിൽ ഒന്നാം സ്ഥാനക്കാരിയുമായിരുന്നു.

ഏഴരക്കോടി റെക്കോഡുകൾ, പതിനെട്ടു ഗ്രാമി അവാർഡുകൾ, ബിൽബോർഡ് ചാർട്ടുകളിൽ ഉൾപ്പെട്ട നൂറിലേറെ ഗാനങ്ങൾ.. ഇത്രയധികം നേട്ടങ്ങൾ ഒരായുഷ്ക്കാലത്തു കൈവരിച്ച മറ്റൊരു ഗായികയുണ്ടാകില്ല.

1967ൽ ചിക്കാഗോയിലെ റീഗൽ തിയറ്ററിൽ വച്ച് അറീതയെ ക്വീൻ ഓഫ് സോൾ (Queen of Soul) എന്ന പട്ടം ചാർത്തി സംഗീതലോകം ആദരിച്ചു.

നക്ഷത്രഖചിതമായ മറ്റൊരു ഗാനസാമ്രാജ്യത്തിലേക്ക് അറീത യാത്രയായത് ലോകസംഗീതചരിത്രത്തിൽ സ്ത്രീപക്ഷരാഷ്ട്രീയത്തിന്റെയും കറുപ്പിന്റെ കരുത്തിന്റെയും ഐതിഹാസികമായ ഒരദ്ധ്യായം എഴുതിച്ചേർത്തതിനു ശേഷമാണ്.

■

അപരദുഃഖം പേറുന്ന ഹൃദയം

“ടൈം ഹോ ഗയാ ഹേ... പായ്ക്ക് അപ്.”

ജീവിതം എന്ന വലിയ സിനിമയുടെ അവസാന ഷോട്ടും കഴിഞ്ഞെന്നുറപ്പു വരുത്തിയ നിമിഷം ഇങ്ങനെ പറഞ്ഞുകൊണ്ടാണത്രേ ഇൻഡ്യൻ സിനിമയിലെ ആദ്യത്തെ സൂപ്പർ താരമായ രാജേഷ് ഖന്ന അർബ്ബുദരോഗത്തിനു കീഴടങ്ങി അന്ത്യശ്വാസം വലിച്ചത്. 2012 ജൂലൈ 12ന് അറുപത്തിയൊമ്പതാം വയസ്സിൽ വിടപറയുമ്പോൾ ഒരു ജനപ്രിയസിനിമ പോലെ സംഭവബഹുലവും സുഖദുഃഖ സമ്മിശ്രവുമായിരുന്ന തന്റെ ജീവിതത്തെ പൊതിഞ്ഞുനിന്നിരുന്ന വെള്ളിവെളിച്ചം അണയാൻ തുടങ്ങുന്നത് അദ്ദേഹം കണ്ടിട്ടുണ്ടാകണം. രാജേഷ് ഖന്നയ്ക്ക് അന്ത്യോപചാരമർപ്പിക്കാനെത്തിയ അമിതാഭ് ബച്ചനാണ് വെള്ളിത്തിരയിലെ കാൽപനികനായകന്റെ അന്ത്യമൊഴിയെക്കുറിച്ച് ടീറ്ററിൽ കുറിച്ചത്. ആ കുറിപ്പിൽ അമിതാഭ് ഓർത്തെടുക്കുന്ന ഒരു ചലച്ചിത്രാനുഭവമുണ്ട്. 1970ൽ അദ്ദേഹവും രാജേഷ് ഖന്നയും ആദ്യമായി ഒരുമിച്ചഭിനയിച്ച ‘ആനന്ദ്’ എന്ന സിനിമ. ഹൃഷികേശ് മുഖർജിയാണ് സംവിധായകൻ. വളരെ അപൂർവ്വവും ചികിത്സയ്ക്കു വഴങ്ങാത്തതുമായ ഉദരാർബ്ബുദത്തിന്റെ അപകടകരമായ അവസാനഘട്ടത്തിലാണ് രാജേഷ് ഖന്ന അവതരിപ്പിക്കുന്ന ‘ആനന്ദ് സേഹ്ഗാൾ’ എന്ന കഥാപാത്രം. കൂടിപ്പോയാൽ മൂന്നു മാസം കൂടി മാത്രമേ അയാൾക്ക് ആയുസ്സുള്ളൂ. അതിനുള്ളിൽ ജീവിതത്തിന്റെ ആനന്ദലഹരിയത്രയും കോരിക്കുടിക്കാൻ ബോംബെയിലെത്തിയിരിക്കുകയാണ് അയാൾ. ക്യാൻസർ ചികിത്സാവിദഗ്ദ്ധനായ ഡോക്റ്റർ ഭാസ്കർ ബാനർജി (അമിതാഭ് ബച്ചൻ)യുടെ ആശുപത്രിയിൽ അയാൾ അവസാനദിനങ്ങൾ ചെലവഴിക്കുന്നു.

വൈദ്യശാസ്ത്രത്തിന്റെ കൃത്യതയിൽ ആവശ്യത്തിലേറെ വിശ്വാസമുള്ളതുകൊണ്ടും ദിനംപ്രതി ഇടപെടുന്ന ദരിദ്രനാരായണന്മാരായ രോഗികളിൽ പലരെയും സുഖപ്പെടുത്താൻ കഴിയാത്തതിലുള്ള വിഷമം കൊണ്ടും പരുക്കനായിപ്പോയ ഡോക്റ്റർക്ക് മരണത്തെ

മുഖാമുഖം കാണുന്ന ആനന്ദിന്റെ ജീവിതാസക്തി ആദ്യമൊന്നും അംഗീകരിക്കാനാകുന്നില്ല. ആനന്ദിന് അത് വ്യക്തമായി മനസ്സിലാകുന്നുമുണ്ട്: ''ഡോക്റ്റർക്ക് എന്നോടല്ല, ഡോക്റ്ററോടു തന്നെയാണ് ദേഷ്യം; എന്നെ സഹായിക്കാൻ കഴിയില്ലല്ലോ എന്നോർത്ത്..'' പിന്നീട് ഈ ഡോക്റ്റർ-രോഗി ബന്ധത്തിന്റെ വൈകാരികതലം മാറുന്നതാണ് സിനിമയുടെ പ്രധാനപ്രമേയങ്ങളിലൊന്ന്. ചിരിച്ചു കൊണ്ട് മരണത്തിലേക്കു നടന്നുപോകുന്ന ആനന്ദ് ഡോക്റ്റർ ഭാസ്കറുടെ ജീവിതത്തെത്തന്നെ മാറ്റിമറിക്കുന്നു. ഡോക്റ്ററുടെ ഡയറിക്കുറിപ്പുകളിലൂടെ പിറവിയെടുക്കുന്ന നോവലിലൂടെ ആനന്ദിന്റെ ജീവിതകാമനയുടെ കഥ ചുരുളഴിയുന്നു.

മരണത്തെ നിസ്സാരമായിക്കണ്ട് ചിത്രശലഭത്തെപ്പോലെ പാറി നടക്കുകയും ചുറ്റുമുള്ളവരുടെ ജീവിതങ്ങളിൽ പ്രകാശം പരത്താൻ ശ്രമിക്കുകയും ചെയ്യുന്ന ഇത്തരം ദുരന്തപാത്രങ്ങളെ പിന്നീട് ഒരുപാടു തവണ നമ്മൾ ഇൻഡ്യൻ സിനിമയിൽ കണ്ടുമുട്ടിയിട്ടുണ്ട്. ഇനിയും കാണുകയും ചെയ്യും. (ചിത്രശലഭം എന്ന പേരിൽ ജയരാജ് ഈ സിനിമ മലയാളത്തിൽ റീമേയ്ക്ക് ചെയ്തിട്ടുണ്ട്.)

ചിരിക്കു പിന്നിലെ ഈ കരച്ചിൽ ജനപ്രിയ സിനിമ ആവശ്യപ്പെടുന്ന ചേരുവകളിലൊന്നാണ്. അത്തരം കരച്ചിലുകളുടെ ബഹിർസ്ഫുരണങ്ങളായ ചില ഗാനങ്ങൾ 'ആനന്ദി'ലുണ്ട്. സലിൽ ചൗധരിയുടെ സംഗീതസംവിധാനത്തിൽ മുകേഷ് ആലപിച്ച ''കഹീ ദൂര് ജബ് ദിൻ ഢല് ജായേ.'' (രചന: യോഗേഷ്), ''മേ നേ തേരേ ലിയേ ഹി'' (രചന: ഗുൽസാർ) മന്നാ ഡേ പാടിയ ''സിന്ദഗീ കൈസി ഹേ പഹേലി'' (രചന: യോഗേഷ്) എന്നീ ഗാനങ്ങൾ ആനന്ദ് എന്ന അനശ്വരകഥാപാത്രത്തിന്റെ വിചിത്രമായ മാനസികാവസ്ഥയുടെ വിവിധഭാവങ്ങൾ വരച്ചു കാട്ടുന്നു. 'ആരാധന' എന്ന സൂപ്പർ ഹിറ്റ് സിനിമയ്ക്കു ശേഷം വളരെക്കാലം കിഷോർ കുമാറായിരുന്നു രാജേഷ് ഖന്നയുടെ തിരശ്ശീലയിലെ ഗാനശബ്ദം. ഖന്ന അഭിനയത്തിൽ സന്നിവേശിപ്പിച്ചിരുന്ന അംഗചലനങ്ങളുടെ വൈചിത്ര്യങ്ങളുമായി കിഷോർ കുമാറിന്റെ ഗാനാലാപനശൈലി താദാത്മ്യം പ്രാപിച്ചിരുന്നു. പക്ഷേ 'ആനന്ദി'ൽ സലിൽ ചൗധരി ഒരു പരീക്ഷണത്തിനു മുതിർന്നു. ശോകഗാനങ്ങളുടെ രാജകുമാരനായ മുകേഷിനെക്കൊണ്ട് പാടിക്കാനായിരുന്നു അദ്ദേഹത്തിന്റെ തീരുമാനം. കഥാപാത്രത്തിന്റെ സ്വഭാവവുമായി ചേർന്നു പോകുന്ന ശബ്ദം മുകേഷിന്റേതായിരിക്കുമെന്ന് സലിൽ ദാ അഭിപ്രായപ്പെട്ടപ്പോൾ, തന്റെ സിനിമകളിലെ പാട്ടുകളുടെ കംപോസിങ് അടക്കമുള്ള എല്ലാക്കാര്യങ്ങളിലും ശ്രദ്ധ പുലർത്താറുള്ള രാജേഷ് ഖന്ന എതിർത്തൊന്നും പറഞ്ഞില്ല. ഏതാനും ദിവസങ്ങൾക്കകം തിരി താഴാനിരിക്കുന്ന തന്റെ പ്രാണന്റെ

വിളക്കുപോലെ കടലിലേക്കു താഴുന്ന അസ്തമയസൂര്യനെ നോക്കി ഒരു പുഞ്ചിരിയിലൊളിപ്പിച്ച നൊമ്പരത്തോടെ ആനന്ദ് പാടുന്നു.

കഹീ ദൂര് ജബ് ദിൻ ഢല് ജായേ
സാഞ്ഝ് കി ദുല്ഹൻ ബദന് ചുരായേ
ചുപ്കേ സേ ആയേ
മേരേ ഖയാലോം കീ ആംഗൻ മേ
കിസീ സപ്നോം കേ ദീപ് ജലായേ, ദീപ് ജലായേ..

(ദൂരെയെങ്ങോ പകലൊടുങ്ങുന്നു. നവോഢയെപ്പോലെ നാണം പൂണ്ട് സന്ധ്യയെത്തുന്നു. എന്റെ സങ്കൽപത്തിന്റെ മുറ്റത്ത് ആരോ സ്വപ്നങ്ങളുടെ വിളക്കു തെളിയിക്കുന്നു.)

രണ്ടു കരച്ചിലുകൾക്കിടയിലെ പാട്ടാണിത്. 'ആനന്ദി'ന്റെ അവസാനകാലം അങ്ങനെയാണ്. സ്വന്തം ജീവിതകഥ അയാൾ മറ്റുള്ളവരിൽ നിന്ന് ഒളിപ്പിച്ചു വയ്ക്കുന്നു. തന്നിലേക്കുതന്നെ ചുഴിഞ്ഞു നോക്കുന്ന ഈ ഗാനത്തിനു മുമ്പ് ആനന്ദിന്റെ ഒരാത്മഗതമുണ്ട്: ''ആശീർവ്വദിക്കുന്നതെങ്ങനെ, അനിയത്തീ. എന്റെ അവശേഷിക്കുന്ന ആയുസ്സു തന്നെ നിനക്കു തരണമെന്ന് ദൈവത്തോടു പ്രാർത്ഥിക്കാൻ പോലുമാകില്ലല്ലോ, എനിക്ക്.'' സഹോദരിയെപ്പോലെ സ്നേഹിക്കുന്ന ഒരു ഭർതൃമതിയുടെ അരികിലാണ് അയാളപ്പോൾ. അര നൂറ്റാണ്ടിനിപ്പുറത്തു നിന്നു ചിന്തിക്കുമ്പോൾ ഗുൽസാർ എഴുതിയ ഈ സംഭാഷണത്തിൽ പൈങ്കിളിച്ചുവ തോന്നുന്നുണ്ടാകും. കാരണം അർബ്ബുദരോഗത്തെ ഇൻഡ്യൻ സിനിമയിലെ ദുരന്തകഥാപാത്രങ്ങൾക്കു വേണ്ടി പിൽക്കാല ചലച്ചിത്രസംവിധായകർ അത്രമേൽ ദുരുപയോഗം ചെയ്തിരിക്കുന്നു. പക്ഷേ, 'ആനന്ദി'ൽ തീർച്ചയായും അതൊരു പുതുമയായിരുന്നു. സലിൽ ചൗധരിയുടെ വശ്യവും വിഷാദഭരിതവുമായ സംഗീതത്തോടൊപ്പം കടലും അന്തിവെയിലും ആകാശവും ഇടകലർന്ന ദൃശ്യസമൃദ്ധി ഹൃഷികേശ് മുഖർജി തന്റെ ഫ്രെയ്മുകളിൽ നിറച്ചു വച്ചു. ചോക്ലേറ്റ് കാമുകന്റെ ഭാവഹാവാദികളഴിച്ചുവച്ച രാജേഷ് ഖന്നയുടെ ഓരോ പുഞ്ചിരിയും കാണികളെ കരയിച്ചു. 1969 മുതൽ 1971 വരെ നായകനായി അഭിനയിച്ച 15 സിനിമകളും സൂപ്പർഹിറ്റാക്കി മാറ്റിയ താരരാജകുമാരന്റെ മറ്റൊരു മുഖമായിരുന്നു അത്.

കണ്ണീരിന്റെ ചെറുനനവുള്ള ആ സന്ധ്യയിൽ ആരുടേതെന്നറിയാത്ത ഒരു സ്നേഹസ്പർശം ആനന്ദ് അനുഭവിക്കുന്നുണ്ട്.

കഭി യൂ ഹി ജബ് ഹുയീ ബോഝല് സാൻസേ
ഭര് ആയീ ബൈഠേ ബൈഠേ ജബ് യൂ ഹി ആംഖേ
തഭീ മചല് കേ, പ്യാര് സേ ചല് കേ

ഛുവേ കോയീ മുഝേ പർ
നസര് ന ആയേ, നസര് ന ആയേ

(എന്തിനെന്നറിയാതെ ശ്വാസം പിടയുമ്പോൾ, ഇവിടെയിരിക്കെ ഇങ്ങനെ കണ്ണുകൾ നിറയുമ്പോൾ അദൃശ്യമായ ഏതോ കരങ്ങൾ എന്നെ വന്നു സ്നേഹത്തോടെ തൊടുന്നു.)

എല്ലാ സങ്കടങ്ങൾക്കും മുക്തി നൽകുന്ന മരണത്തിന്റേതുമാകാം ഈ സ്പർശമെന്ന് സിനിമയുടെ അന്ത്യത്തിൽ ഡോക്റ്ററെക്കൊണ്ട് ആനന്ദ് ചൊല്ലിപ്പിച്ച് റെക്കോഡ് ചെയ്യുന്ന കവിത കേൾക്കുമ്പോൾ തോന്നിപ്പോകും. ഗുൽസാർ എഴുതി അമിതാഭ് ബച്ചന്റെ ശബ്ദത്തിൽ കേൾക്കുന്ന ആ കവിത മരണത്തെക്കുറിച്ചാണ്.

''മൗത്.. തൂ ഏക് കവിതാ ഹേ..'' (മരണമേ, നീ ഒരു കവിതയാണ്.) ഡോക്റ്ററുടെ ശബ്ദത്തിലുള്ള ഈ കവിതയും ചിരിച്ചുകൊണ്ടു മരണത്തെ നേരിടുന്ന ആനന്ദിന്റെ വാക്കുകളും റെക്കോഡ് ചെയ്ത ആലേഖനയന്ത്രത്തിന്റെ സ്പൂൾ പൊട്ടിപ്പോകുന്നതായി സിനിമയിൽ കാണിക്കുന്നുണ്ട്. ആഖ്യാനത്തിലെ ഒരു പ്രധാനോപാധിയായി ഉൾപ്പെടുത്തിയിരിക്കുന്ന ഈ ദൃശ്യത്തിനൊടുവിൽ ഡോക്റ്ററുടെ ശബ്ദം മുഴങ്ങുന്നു: ''ആനന്ദ് മരിച്ചിട്ടില്ല, മരിക്കുകയുമില്ല.''

തന്റെ യുക്തിചിന്തയും ശാസ്ത്രബോധവുമെല്ലാം മാറ്റിവച്ചുകൊണ്ട് വലിയൊരു കരച്ചിലോടെ 'ആനന്ദി'നെ ഡോക്റ്റർ ജീവിതത്തിലേക്കു തിരിച്ചുവിളിക്കുന്ന അതിഭാവുകത്വം ആവശ്യപ്പെടുന്ന രംഗം അഭിനയിക്കാൻ അക്കാലത്തെ തന്റെ പരിചയക്കുറവ് തടസ്സമായിരുന്നെന്ന് അമിതാഭ് ബച്ചൻ ഓർക്കുന്നു. അന്ന് അദ്ദേഹത്തിനു ലഭിച്ച നിർദ്ദേശം ഇങ്ങനെയായിരുന്നു: ''സാക്ഷാൽ രാജേഷ് ഖന്നയാണ് മരിച്ചു കിടക്കുന്നതെന്നു സങ്കൽപിച്ചോളൂ. നിന്റെ അഭിനയം ശരിയായിക്കോളും.''

താരപ്രഭയുടെ പരകോടിയിലെത്തി നിൽക്കുകയായിരുന്ന രാജേഷ് ഖന്നയ്ക്കൊപ്പം തുടക്കക്കാരന്റെ സങ്കോചത്തോടെയാണെങ്കിലും അമിതാഭ് ബച്ചൻ അവതരിപ്പിച്ച ആ ചലച്ചിത്രരംഗം ഇൻഡ്യൻ ജനകീയ സിനിമയുടെ ചരിത്രത്തിലെ ഒരു പരിവർത്തനത്തിന്റെ നാന്ദി പോലെ ഇപ്പോൾ വിലയിരുത്താൻ കഴിയും. രാജേഷ് ഖന്നയുമായി ഒരുതരത്തിലും സാമ്യമില്ലാത്ത അമിതാഭ് ബച്ചന്റെ താരശരീരത്തെയും അഭിനയശൈലിയെയും പിന്നീട് ഇൻഡ്യൻ സിനിമ ആവേശത്തോടെ കൊണ്ടാടുകയായിരുന്നുവല്ലോ. രാജേഷ് ഖന്ന തന്റെ താരസിംഹാസനം അമിതാഭ് ബച്ചന് ഒഴിഞ്ഞുകൊടുക്കാനൊരുങ്ങുന്ന ചടങ്ങു പോലെയായിരുന്നു 'ആനന്ദി'ലെ ആ രംഗം. വർഷങ്ങൾക്കു ശേഷം

'ആനന്ദ്' വീണ്ടും റിലീസ് ചെയ്തപ്പോൾ പോസ്റ്ററുകളിൽ രാജേഷ് ഖന്നയെക്കാൾ പ്രാധാന്യം അമിതാഭ് ബച്ചനായിരുന്നു എന്നതും ചരിത്രം.

ആനന്ദിനെപ്പോലെ, ഒരന്ത്യസന്ദേശം ആരാധകർക്കും കുടുംബാംഗങ്ങൾക്കുമായി രേഖപ്പെടുത്തി വച്ചിട്ടാണ് രാജേഷ് ഖന്ന അരങ്ങൊഴിഞ്ഞത്. ഗൃഹാതുരതയിലല്ല, ഭാവിയിലാണ് തനിക്കു വിശ്വാസമെന്നു പറഞ്ഞുകൊണ്ടാരംഭിക്കുന്ന ആ സന്ദേശത്തിനൊടുവിൽ അദ്ദേഹം പറയുന്നു: ''എന്റെ സ്വന്തമെന്നു പറയാൻ ആരും ഇവിടെയില്ല. ഒരുപാടു കല്ലുകൾ കാണുന്നുണ്ട്. ഒറ്റ ഹൃദയം പോലുമില്ല.''

മറ്റാരുടേയോ ദുഃഖം പേറുന്ന സ്വന്തം ഹൃദയത്തെക്കുറിച്ചുള്ള ആനന്ദിലെ ഗാനം തന്നെയായിരുന്നു രാജേഷ് ഖന്നയ്ക്ക് ഏറ്റവും പ്രിയങ്കരം.

കഹീം തോ യെ ദില് കഭി മില് നഹി പാതേ
കഹീം സെ നികല് ആയേ ജനമോം കെ നാതേ
ഘനീ ഥി ഉൽഝൻ ബെരി അപ്നാ മൻ
അപ്നാ ഹി ഹോകെ സഹേ ദര്ദ് പരായേ ദര്ദ് പരായേ..

■

ഹെലൻ റെഡ്ഡി:
ശുഭപ്രതീക്ഷയുടെ സംഗീതം

"I am strong, I am invincible, I am woman.

''ഞാൻ ശക്തയാണ്, അപരാജിതയാണ്. ഞാൻ സ്ത്രീയാണ്.''

ആയിരത്തിത്തൊള്ളായിരത്തി അറുപതുകളിൽ അമേരിക്കയിൽ ഉരുവം കൊണ്ട് രണ്ടു പതിറ്റാണ്ടോളം പാശ്ചാത്യലോകമെങ്ങും അലതല്ലിപ്പടർന്ന രണ്ടാം സ്ത്രീസ്വാതന്ത്ര്യവാദ തരംഗത്തിന് ആവേശം പകർന്ന ഗാനമാണിത്. കേവലം വോട്ടവകാശത്തിനപ്പുറം പുരുഷ നോടൊപ്പം എല്ലാ ജീവിതമേഖലകളിലും സ്ത്രീകൾക്കും അവകാശ മുണ്ടാകണമെന്ന ആവശ്യമായിരുന്നു ആ മുന്നേറ്റത്തിന്റെ അടിസ്ഥാന മുദ്രാവാക്യം. സിമോൺ ദി ബുവെ അടക്കമുള്ള ഫെമിനിസ്റ്റ് ചിന്ത കരുടെ സൈദ്ധാന്തിക പിൻബലത്തിലൂടെയും എണ്ണമറ്റ സമരങ്ങളി ലൂടെയും ശക്തിയാർജ്ജിച്ച ഈ പ്രസ്ഥാനം വലിയ ചർച്ചകളും വാദപ്രതിവാദങ്ങളും പ്രതിഷേധങ്ങളുമായി മുന്നോട്ടു പോകുന്ന കാലത്താണ് ഓസ്ട്രേലിയയിൽ നിന്ന് അമേരിക്കയിലേക്ക് കുടി യേറിയ ഹെലൻ റെഡ്ഡി എന്ന ഗായികയുടെ ഒറ്റയാൾ പോരാട്ടവും ആരംഭിക്കുന്നത്.

കലാപാരമ്പര്യമുള്ള കുടുംബത്തിലാണ് ഹെലൻ ജനിച്ചത്. അച്ഛൻ മാക്സ് റെഡ്ഡി നാടക നടനും എഴുത്തുകാരനുമായിരുന്നു. അമ്മ സ്റ്റെല്ല അറിയപ്പെടുന്ന അഭിനേത്രിയും. അച്ഛനമ്മമാർക്കൊപ്പം നാടകങ്ങളിൽ വേഷമിട്ടുകൊണ്ട് നാലാം വയസ്സിൽ ആരംഭിച്ചതാണ് ഹെലന്റെ കലാജീവിതം. ഒരു താരജീവിതമായിരുന്നില്ല ഹെലന്റെ കൗമാരസ്വപ്നം. എപ്പോഴും കലാപരിപാടികളുമായി ഊരുചുറ്റുക യായിരുന്ന മാതാപിതാക്കളോടുള്ള പ്രതിഷേധം കൊണ്ടാകണം, വീട്ടമ്മയായി അടങ്ങിയൊതുങ്ങിക്കഴിയാനായിരുന്നു ഹെലന്റെ തീരു മാനം. തന്നേക്കാൾ പ്രായക്കൂടുതലുള്ള, കുടുംബസുഹൃത്തു കൂടി യായ കെന്നത് ക്ലോഡ് വിയറ്റ് എന്ന സംഗീതജ്ഞനെ കൗമാര കാലത്തുതന്നെ വിവാഹം കഴിച്ച ഹെലൻ താമസിയാതെ വിവാഹ

മോചിതയായി. ആ ബന്ധത്തിൽ ഒരു മകളുമുണ്ടായി. പറക്കമുറ്റാത്ത പെൺകുഞ്ഞുമായി ജീവിതം മുന്നോട്ടു കൊണ്ടുപോകാനുള്ള ശ്രമത്തിന്റെ ഭാഗമായി ഹെലൻ തന്റെ സംഗീതജീവിതം പുനരാരംഭിച്ചു. ടെലിവിഷനിലും റേഡിയോയിലും സംഗീതപരിപാടികൾ അവതരിപ്പിക്കാൻ തുടങ്ങി. പതിനേഴാം വയസ്സിൽ ഒരു വൃക്ക നീക്കം ചെയ്യേണ്ടി വന്നതുകൊണ്ട് നൃത്തം ചെയ്യാനുള്ള ആരോഗ്യമില്ലായിരുന്നു.

മൂന്നു വയസ്സുള്ള മകളുടെ കൈ പിടിച്ച് ഇരുന്നൂറ്റി മുപ്പത് അമേരിക്കൻ ഡോളറും നാട്ടിലേക്കുള്ള മടക്കയാത്രാ ടിക്കറ്റുമായി 1966ൽ ഹെലൻ ന്യൂയോർക്കിലെത്തിയത് ഒരു ഓസ്ട്രേലിയൻ ടെലിവിഷൻ ചാനൽ നടത്തിയ സംഗീതമത്സരത്തിൽ വിജയിച്ചതിനെത്തുടർന്നാണ്. അമേരിക്കയിലെ പ്രശസ്തമായ മെർക്കുറി റെക്കോഡ്സിനു വേണ്ടി ഒരു പാട്ട് പാടാനുള്ള അവസരമായിരുന്നു മത്സരത്തിൽ ഒന്നാം സ്ഥാനത്തെത്തുന്നയാൾക്കുള്ള സമ്മാനം. പക്ഷേ, മെർക്കുറി റെക്കോഡ്സിൽ ഓഡിഷൻ നടത്താനുള്ള അവസരം മാത്രമായിരുന്നു അതെന്ന് ന്യൂയോർക്കിലെത്തുമ്പോഴാണ് ഹെലൻ മനസ്സിലാക്കുന്നത്. അക്കാലത്ത് അമേരിക്കയിൽ രൂഢമൂലമായിരുന്ന ലിംഗവിവേചനമായിരുന്നു ഈ ചതിക്കു പിന്നിലെ പ്രധാനകാരണമെന്ന് ഹെലൻ വൈകാതെ തിരിച്ചറിഞ്ഞു. സ്വതവേ പോരാളിയായ ഹെലൻ പിന്മാറിയില്ല. ന്യൂയോർക്ക് നഗരത്തിൽത്തന്നെ ഒരു പ്രൊഫഷണൽ ഗായികയായി നിലനിൽക്കാനായിരുന്നു ഹെലന്റെ തീരുമാനം. കയ്യിലുള്ള പണമെല്ലാം തീർന്നു തുടങ്ങിയപ്പോഴാണ് പിൽക്കാലത്ത് തന്റെ മാനേജരായി മാറിയ ജെഫ് വാൾഡ് എന്ന ചെറുപ്പക്കാരനെ ഹെലൻ പരിചയപ്പെടുന്നതും ദിവസങ്ങൾക്കകം അയാളെ വിവാഹം കഴിക്കുന്നതും. പാട്ടുകാരിയെന്ന നിലയിൽ ചുവടുറപ്പിക്കാനുള്ള ആദ്യശ്രമങ്ങളെല്ലാം പരാജയപ്പെട്ടു. ഒടുവിൽ 1972ലാണ് ഹെലനെ പ്രശസ്തയാക്കിയ ''I am woman'' എന്ന ഗാനം പിറക്കുന്നത്. ഓസ്ട്രേലിയൻ സംഗീതജ്ഞനും ഗാനരചയിതാവുമായ റേ ബർട്ടണുമായി ചേർന്ന് ഹെലൻ രചിച്ച ആ ഗാനം ലിംഗസമത്വത്തിനു വേണ്ടിയുള്ള കലാപത്തിന്റെ കനൽ ഉള്ളിൽപ്പേറുന്ന പാശ്ചാത്യവനിതകൾ ആവേശപൂർവ്വം ഏറ്റെടുത്തു. അമേരിക്കൻ സംഗീതലോകത്തിലെ അനിഷേദ്ധ്യസാന്നിദ്ധ്യമായി ഹെലൻ റെഡ്ഡി മാറുന്നത് ഈ ഗാനത്തോടെയാണ്.

I am woman, hear me roar
In numbers too big to ignore
And I know too much to go back an' pretend
'Cause I've heard it all before

And I've been down there on the floor
No one's ever gonna keep me down again...

തോൽക്കാൻ മനസ്സില്ലാത്ത പെണ്ണിന്റെ അപ്രതിരോധ്യ ഗർജ്ജനത്തെക്കുറിച്ചുള്ള ഈ പാട്ടിനു പ്രചോദനമായത് ഓസ്ട്രേലിയൻ സ്ത്രീവിമോചന പ്രസ്ഥാനങ്ങൾ പകർന്ന ഊർജ്ജമാണെന്ന് ഹെലൻ പറഞ്ഞിട്ടുണ്ട്. മാദ്ധ്യമപ്രവർത്തകയും സംഗീത ഗവേഷകയുമായിരുന്ന ലിലിയൻ റോക്സണുമായുള്ള സൗഹൃദവും ഹെലനെ ആഴത്തിൽ സ്വാധീനിച്ചിരുന്നു. സ്ത്രീവിമോചന പ്രത്യയശാസ്ത്രങ്ങളുമായി ബന്ധപ്പെട്ട ആശയങ്ങളും പ്രതികൂല സാഹചര്യങ്ങളിൽ പതറാതെ നിന്നു പോരാടിയ സ്വന്തം ജീവിതത്തിന്റെ പ്രസാദാത്മകമായ അനുഭവലോകവും പ്രതിഫലിപ്പിക്കുന്ന ഒരു ഗാനത്തിനു വേണ്ടി ആദ്യകാലങ്ങളിൽ ഹെലൻ നിരന്തരമായ അന്വേഷണങ്ങൾ നടത്തിയിട്ടുണ്ട്. അങ്ങനെയൊരു പാട്ട് നിലവിൽ എവിടെയുമില്ല എന്ന് ഒടുവിൽ ഹെലൻ മനസ്സിലാക്കി. അതെഴുതേണ്ടത് താൻ തന്നെയാണെന്ന് അവർ തിരിച്ചറിയുന്നത് അപ്പോഴാണ്.

Oh! yes, I am wise
But it's wisdom born of pain
Yes, I've paid the price
But look how much I gained
If I have to, I can do anything
I am strong
I am invincible
I am woman

അമേരിക്കയിലെങ്ങും ജനപ്രിയമായ ഈ പാട്ട് ഹെലനെ മികച്ച പോപ് ഗായികയ്ക്കുള്ള ഗ്രാമി അവാർഡ് നേടുന്ന ആദ്യത്തെ ഓസ്ട്രേലിയക്കാരി എന്ന ബഹുമതിക്കർഹയാക്കി. ഗ്രാമി സ്വീകരിച്ചുകൊണ്ട് പ്രസംഗിക്കവേ ദൈവത്തെത്തന്നെയും സർവ്വശക്തയായ ഒരു സ്ത്രീയുടെ രൂപത്തിൽ ഹെലൻ അവതരിപ്പിച്ചു. ‘‘അവൾ’’ എന്നൊരൊറ്റ പദം മാത്രമേ ഹെലൻ അതിനു വേണ്ടി ഉപയോഗിച്ചുള്ളൂ. ‘‘ജെഫ് വാൾഡിന് ഞാൻ നന്ദി പറയുന്നു. അദ്ദേഹമാണ് എന്റെ വിജയം സാദ്ധ്യമാക്കുന്നത്. ദൈവത്തിനും ഞാൻ നന്ദി പറയുന്നു. കാരണം ‘അവൾ’ ആണ് എല്ലാം സാദ്ധ്യമാക്കുന്നത്.’’ (She makes everything possible.)

ഹെലന്റെ പിതാവ് അയർലൻഡിലാണ് ജനിച്ചത്. അദ്ദേഹത്തിന്റെ മുതുമുത്തച്ഛൻ ഒരു ഐറിഷ് സൈനികവ്യൂഹത്തിന്റെ ഭാഗമായി ഇൻഡ്യയിൽ സേവനമനുഷ്ഠിച്ചിട്ടുണ്ടെന്നാണ് കുടുംബചരിത്രം.

അങ്ങനെയാകണം റെഡ്ഡി എന്ന ദക്ഷിണേന്ത്യൻ കുടുംബപ്പേര് വന്നു ചേർന്നതെന്ന് ഹെലൻ ചില അഭിമുഖങ്ങളിൽ പറഞ്ഞിട്ടുണ്ട്; അക്കാര്യത്തിൽ വലിയ ഉറപ്പൊന്നുമില്ലെന്നും.

ഐ ഡോൺട് നോ ഹൗ റ്റു ലവ് ഹിം, ലോങ് ഹാർഡ് ക്ലൈംബ്, ലവ് സോങ് ഫോർ ജെഫ്രി, ഫ്രീ ആൻഡ് ഈസി, നോ വേ റ്റു ട്രീറ്റ് എ ലേഡി, വീ വിൽ സിങ് ഇൻ ദ് സൺ ഷൈൻ തുടങ്ങി നിരവധി ആൽബങ്ങളിലൂടെയും സ്റ്റേജ് ഷോകളിലൂടെയും സംഗീത പ്രേമികളുടെ ഹരമായി മാറിയ ഹെലൻ എഴുപത്തിയെട്ടാം വയസ്സിൽ മറവിരോഗത്തിന്റെ പിടിയിലാണെങ്കിലും ഉള്ളിലെ തീ കെടാതെ സൂക്ഷിക്കുന്നു.

ദക്ഷിണ കൊറിയയിൽ ജനിച്ച് ഓസ്ട്രേലിയയിൽ വളർന്ന അൻജൂ മൂൺ എന്ന സംവിധായികയുടെ 'അയാം വുമൺ' എന്ന സിനിമ പുറത്തു വന്നതോടെ ഹെലൻ റെഡ്ഡിയുടെ ഐതിഹാസികമായ സംഗീതസപര്യയും വ്യക്തിജീവിതവും ഒരിക്കൽക്കൂടി ലോകശ്രദ്ധ യിലെത്തി. വ്യതിരിക്തമായ ഈ ജീവചരിത്രസിനിമയിൽ ഹെലന്റെ വേഷമണിഞ്ഞിരിക്കുന്നത് ടിൽഡ കോബാം ഹെർവി ആണ്. ഹെലനെ തിരശ്ശീലയിൽ അവതരിപ്പിക്കുന്നതിന്റെ ഭാഗമായി വ്യാപ കമായി ഗവേഷണം നടത്തിയ ടിൽഡ പറയുന്നത് ഒരു മ്യൂസിയം തുടങ്ങാൻ മാത്രമുള്ള വിവരങ്ങൾ ആരാധ്യയായ ആ ഗായികയെ ക്കുറിച്ച് ശേഖരിച്ചുവെന്നാണ്.

ഭർത്താവായിരുന്ന ജെഫ് വാൾഡ് അടക്കം പലരും ഹെലനെ പരാജയപ്പെടുത്താൻ ശ്രമിച്ചിട്ടുണ്ട്. ഓരോ തവണയും കൂടുതൽ ശക്തിയാർജ്ജിച്ച് ജീവിതത്തിലേയ്ക്ക് തിരിച്ചു വരികയായിരുന്നു അവർ.

You can bend but never break me
'Cause it only serves to make me
More determined to achieve my final goal
And I come back even stronger..

വിഷാദരോഗത്തിന്റെ കരിങ്കടൽ പലവട്ടം നീന്തിക്കടന്നിട്ടുള്ള 'ഹെലൻ ദ് വുമൺ ഐ ആം' എന്ന ആത്മകഥയിൽ അവിശ്വസ നീയമാംവിധം സങ്കീർണ്ണമായ തന്റെ അതിജീവനകഥ രേഖപ്പെടുത്തി യിട്ടുണ്ട്. ഇനിയൊരിക്കലും കയ്യെത്തിപ്പിടിക്കാനാകാത്തവിധം ജീവിതം നഷ്ടപ്പെട്ടു പോയെന്നു സങ്കടപ്പെടുന്നവർ ഒടുങ്ങാത്ത ശുഭപ്രതീക്ഷ തുടിക്കുന്ന ഹെലന്റെ വാക്കുകൾ കേൾക്കുക: Depression, as far as I'm concerned, is just a waste of time.

■

ദസ്തയേവ്സ്കിയെ വായിച്ച സംഗീതസംവിധായകൻ

മുഹമ്മദ് സായുർ ഖയ്യാം ഹഷ്മി എന്ന ഖയ്യാം വിടപറഞ്ഞതോടെ സിനിമാസംഗീതത്തിന്റെ സുവർണ്ണകാലഘട്ടത്തിലെ ഒരു കുലപതിയെക്കൂടി നഷ്ടമായിരിക്കുന്നു.

ഖയ്യാം സംഗീതത്തെയല്ല, സംഗീതം ഖയ്യാമിനെയാണ് കണ്ടെത്തിയതെന്ന് ആരോ എഴുതിയിട്ടുണ്ട്. പഠനത്തേക്കാൾ സംഗീതത്തെയും സിനിമയെയും സ്നേഹിച്ച ഖയ്യാമിന് കെ.എൽ. സൈഗാളിനെപ്പോലെ ഗായകനും നടനുമായി അറിയപ്പെടാനായിരുന്നു ആഗ്രഹം.

ആ സ്വപ്നങ്ങൾ ഖയ്യാമിനെ നന്നേ ചെറുപ്പത്തിൽത്തന്നെ പണ്ഡിറ്റ് അമർനാഥ് മിശ്രയെയും ഹുസ്ൻ ലാൽ ഭഗത് റാമിനെയും പോലുള്ള മഹാന്മാരായ സംഗീതഗുരുക്കന്മാർക്കരികിലെത്തിച്ചു. സ്വാതന്ത്ര്യാനന്തര ഇൻഡ്യയിലെ അനിശ്ചിതമായ രാഷ്ട്രീയ സാമൂഹ്യസാഹചര്യങ്ങളിലായിരുന്നു ഖയ്യാം കലാജീവിതത്തിന്റെ ആദ്യഘട്ടം പിന്നിട്ടത്. റഹ്മാൻ വർമ്മ എന്ന സംഗീതസംവിധായകനൊപ്പം ചില സിനിമകളിൽ പ്രവർത്തിച്ചു തുടങ്ങിയ കാലത്ത് ശർമ്മാജി എന്ന പേരിലാണ് ഖയ്യാം അറിയപ്പെട്ടിരുന്നത്. ശർമ്മാജി-വർമ്മാജി എന്നറിയപ്പെട്ടിരുന്ന ആ സംഗീതസംവിധായകദ്വന്ദ്വം പിരിയുന്നത് വിഭജനാനന്തരം റഹ്മാൻ വർമ്മ പാക്കിസ്ഥാനിലേക്ക് പോകാൻ തീരുമാനിച്ചതോടെയാണ്. 1953 ൽ പുറത്തുവന്ന 'ഫൂട് പാത്' എന്ന സിനിമയിലാണ് ആദ്യമായി ഖയ്യാം എന്ന സ്വന്തം പേര് അദ്ദേഹം ഉപയോഗിച്ചത്. പിന്നീട് ആ പേര് ഭാവഗരിമയും കാവ്യഭംഗിയും ഒത്തിണങ്ങിയ എണ്ണം പറഞ്ഞ ഗാനങ്ങൾക്കൊപ്പം ചേർത്തു വച്ച് ഇൻഡ്യൻ സംഗീത ചരിത്രം ഒരു സുവർണ്ണാദ്ധ്യായം എഴുതി.

''കഭീ കഭീ മേരേ ദിൽ മേ,
മേ പൽ ദോ പൽ കി ശായര് ഹൂം (കഭി കഭി),
ഹസാര് രാഹേ മുഡ് കേ ദേഖി (ഥോഡി സി ബേവഫായി),

ആജാ രേ ഓ മേരേ ദിൽബര് ആജാ (നൂറി),
മൊഹബത് ബഡേ കം കി ചീസ് ഹെ (ത്രിശൂൽ)....

പിന്നെ 'ഇൻ ആംഖോം കി മസ്തി' അടക്കം ഉമ്രാവ് ജാനിലെ മുഴുവൻ പാട്ടുകളും, 'കരോഗെ യാദ് തോ' ഉൾപ്പെടെ ബാസാർ എന്ന ചിത്രത്തിലെ മുഴുവൻ പാട്ടുകളും... കൈവച്ച കവിതകളെല്ലാം ഖയ്യാം അനശ്വരമാക്കി. അനശ്വരം എന്ന വാക്ക് ഇവിടെ തീർച്ചയായും ഒരു ക്ലീഷെ അല്ല.

1947 മുതൽ ഏഴു പതിറ്റാണ്ടോളം ഇൻഡ്യൻ സംഗീതലോകത്ത് തലയെടുപ്പോടെ നിലകൊണ്ട ഖയ്യാം വെറും അൻപത്തിയേഴു സിനിമകളിൽ മാത്രമേ പ്രവർത്തിച്ചുള്ളൂ. എണ്ണത്തേക്കാൾ ഗുണത്തിനു പ്രാധാന്യം നൽകിക്കൊണ്ട് നിർബ്ബന്ധബുദ്ധിയോടെ നടത്തിയിരുന്ന തെരഞ്ഞെടുപ്പുകളായിരുന്നു ഖയ്യാമിന്റേത്. സിനിമയുടെ തിരക്കഥ വിശദമായി വായിച്ചു നോക്കിയതിനു ശേഷം മാത്രമേ അദ്ദേഹം ഗാനങ്ങൾ സൃഷ്ടിച്ചിരുന്നുള്ളൂ. കഥാസന്ദർഭം മാത്രമല്ല, കഥ നടക്കുന്ന കാലഘട്ടത്തെക്കുറിച്ചും ഗാനരംഗത്തുള്ള കഥാപാത്രങ്ങളെക്കുറിച്ചും ഖയ്യാം പഠിച്ചിരുന്നു. ഖയ്യാമിന്റെ ഏറ്റവും പ്രശസ്തമായ ഗാനങ്ങൾ ഉൾപ്പെട്ട ഉമ്രാവ് ജാനിൽ പ്രിയപ്പെട്ട ഗായികയായ ലതാ മങ്കേഷ്കർക്കു പകരം ആശാ ഭോൺസ്ലേയെക്കൊണ്ട് എല്ലാ പാട്ടുകളും പാടിച്ചതിനു പിന്നിലും ഈ സൂക്ഷ്മതയുണ്ടായിരുന്നു. ഏതാണ്ട് സമാനമായ കഥാന്തരീക്ഷമുള്ള പകീസാ (1972) എന്ന സിനിമയിലെ ഗാനങ്ങൾ ലതയാണ് പാടിയത്. ഉമ്രാവ് ജാനിലും ലത പാടിയാൽ 'പകീസ'യുടെ ഓർമ്മകൾ പ്രേക്ഷകരിലേക്കെത്തുമെന്ന് ഖയ്യാം ചിന്തിച്ചു. ജനം ഉമ്രാവ് ജാൻ എന്ന കഥാപാത്രത്തെ മറക്കും. ലതയെ മാത്രം കേൾക്കും. തന്നെയുമല്ല, രേഖയുടെ ശബ്ദത്തിന് ലതയേക്കാൾ ആശയുടെ ആലാപനമാണ് ചേരുകയെന്നും ഖയ്യാം നിരീക്ഷിച്ചു. ഉമ്രാവ് ജാനിലെ ഗാനങ്ങൾ കാലത്തെ അതിശയിക്കുന്ന ക്ലാസ്സിക്കുകളായെന്നു മാത്രമല്ല, ആശാ ഭോൺസ്ലെ ആ സിനിമയിലൂടെ മികച്ച ഗായികയ്ക്കുള്ള ദേശീയ അവാർഡ് നേടുകയും ചെയ്തു. ''സിന്ദഗി ജബ് ഭീ തേരി'' എന്ന ഗാനത്തിലൂടെ തലത് അസീസിനെ ഖയ്യാം അവതരിപ്പിച്ചതും ഈ സിനിമയിലൂടെയാണ്.

റസിയ സുൽത്താൻ (1983) എന്ന ചിത്രത്തിലെ ഗാനങ്ങളെ ഉമ്രാവ് ജാനിലെ പാട്ടുകൾക്കൊപ്പം ഖയ്യാം ഹൃദയത്തിൽ ചേർത്തുവച്ചിരുന്നു. ഒരുപാടു സവിശേഷതകളുള്ള കഥാപശ്ചാത്തലത്തിന്റെയും അതിനോടു ചേർന്നു നിൽക്കുന്ന അർത്ഥസമ്പുഷ്ടമായ കവിതകളുടെയും പിൻബലത്തോടെ ഖയ്യാം ആ സിനിമയ്ക്കു വേണ്ടി

സൃഷ്ടിച്ച അനശ്വരഗാനങ്ങളിൽ ഏറ്റവും മികച്ചത് ഏ ദിൽ ഏ നാദാൻ തന്നെ.

യഷ് ചോപ്രയുടെ സിൽ സില എന്ന ചിത്രം പ്രമേയത്തോടുള്ള വിയോജിപ്പുകൊണ്ട് വേണ്ടെന്നു വച്ച ചരിത്രമുള്ള ഖയ്യാമിനെ ദസ്തയേവ്സ്കിയുടെ കുറ്റവും ശിക്ഷയും എന്ന നോവലിനെ അടിസ്ഥാനമാക്കിയ ഫിർ സുബഹ് ഹോഗി (1958) എന്ന സിനിമയിലേക്ക് ക്ഷണിച്ചതിന് ഒരൊറ്റ കാരണമേയുണ്ടായിരുന്നുള്ളൂ - അക്കാലത്ത് ആ നോവൽ വായിച്ചിട്ടുള്ള ഒരേയൊരു സംഗീത സംവിധായകൻ അദ്ദേഹമായിരുന്നു. മുകേഷും ആശാ ഭോൺസ്ലേയും ചേർന്നാലപിച്ച വോ സുബഹ് കഭീ തോ ആയേഗി ഉൾപ്പെടെ ഏഴു പാട്ടുകളുണ്ടായിരുന്നു ആ ചിത്രത്തിൽ. എല്ലാ ഗാനങ്ങളും എഴുതിയത് സാഹിർ ലുധിയാൻവി. 'ചീന് ഓ അറബ് ഹമാരാ ഹിന്ദുസ്ഥാൻ ഹമാരാ രഹ്നേ കോ ഘർ നഹീ ഹേ സാരാ ജഹാം ഹമാരാ' എന്ന ഗാനം വിവാദം സൃഷ്ടിക്കുകയും ചെയ്തു. രാജ് കപൂർ ആയിരുന്നു സിനിമയിലെ നായകൻ.

കവിതകളോടുള്ള അഗാധപ്രണയമാണ് ഖയ്യാമിനെ വ്യത്യസ്തനാക്കിയ പ്രധാനഘടകം. പഠനത്തിൽ വലിയ താത്പര്യമില്ലായിരുന്നെങ്കിലും വീട്ടിലെ ഗ്രന്ഥശേഖരത്തിലെ കാവ്യപുസ്തകങ്ങൾ ചെറുപ്പം തൊട്ടേ ഖയ്യാമിനെ വശീകരിച്ചിരുന്നു. മിർസ ഗാലിബും അല്ലാമ ഇഖ്ബാലും അടക്കമുള്ള ഉറുദു കവികൾ അദ്ദേഹത്തെ ആഴത്തിൽ സ്വാധീനിച്ചു. ഈ കാവ്യപാരമ്പര്യത്തിന്റെ പിൻബലത്തോടെയാണ് അദ്ദേഹം അലി സർദാർ ജഫ്രി, മജ്രൂഹ് സുൽത്താൻപുരി, സഹീർ ലുധിയാൻവി തുടങ്ങിയവരുടെ വരികൾക്ക് സംഗീതത്തിന്റെ ചിറകുകൾ നൽകിയത്.

സിനിമകളുടെ എണ്ണം കുറവായിരുന്നെങ്കിലും ഇരുന്നൂറോളം സംഗീത ആൽബങ്ങൾക്ക് ഖയ്യാം ഈണം പകർന്നിട്ടുണ്ട്. ബീഗം അക്തർ, മുഹമ്മദ് റഫി, മീനാകുമാരി എന്നിവരുൾപ്പെടെയുള്ളവർക്കു വേണ്ടി ചിട്ടപ്പെടുത്തിയ ഗസലുകളും ഭജനകളുമൊക്കെയടങ്ങുന്ന പല ഗണങ്ങളിലുള്ള ആ ഗാനങ്ങൾ വൻ ജനപ്രീതി നേടി. അവയിലെ പല ഈണങ്ങളും സംഗീതപ്രയോഗങ്ങളും മറ്റു സംഗീത സംവിധായകർ ഒരു കുറ്റബോധവും കൂടാതെ മോഷ്ടിച്ച് അവർ ചെയ്ത സിനിമാഗാനങ്ങളിൽ ഉൾപ്പെടുത്തിയിട്ടുണ്ട്. അങ്ങനെ ചെയ്യുന്നവരോട് ഖയ്യാമിനു പരിഭവമുണ്ടായിരുന്നില്ല. ദൈവികമായ ഏതോ ശക്തിയുടെ പ്രഭാവത്തിൽ ഈണങ്ങൾ തന്നിലൂടെ ഒഴുകി വരുന്നു എന്ന് വിശ്വസിച്ചിരുന്ന ഖയ്യാമിന്റെ കംപോസിങ് രീതി മറ്റു സംഗീതസംവിധായകരിൽ നിന്നു വ്യത്യസ്തമായിരുന്നു. മനസ്സിലേക്കു പകർന്നു കിട്ടിയ ഈണത്തെക്കുറിച്ച് പ്രശസ്തഗായികയായ

ഭാര്യ ജഗ്ജിത് കൗറുമായി ചർച്ച ചെയ്ത് അതിന്റെ സാങ്കേതിക മായ തലങ്ങൾ ശരിയാണോ എന്ന് പരിശോധിച്ചതിനു ശേഷമാണ് മറ്റു ഘട്ടങ്ങളിലേക്കു പ്രവേശിക്കുക. തന്റെ ഈണങ്ങളുടെ പകുതി അവകാശം പത്നിക്കാണെന്ന് അദ്ദേഹം പറഞ്ഞിട്ടുണ്ട്. ''ഖയ്യാം ജഗ്ജിത് കൗർ'' എന്ന പേരിൽ സംഗീതം ചെയ്യാൻ പോലും ഒരു ഘട്ടത്തിൽ അദ്ദേഹം തീരുമാനിച്ചിരുന്നു. അതു വേണ്ടെന്നു പറഞ്ഞത് ജഗ്ജിത് തന്നെയാണ്.

സജീവമായി സിനിമാരംഗത്തു പ്രവർത്തിച്ചിരുന്ന പതിന്നാലു വർഷത്തോളം കാലം ബോളിവുഡ്ഡിൽ ഏറ്റവും കൂടുതൽ പ്രതിഫലം വാങ്ങുന്ന സംഗീതസംവിധായകനായിരുന്നു ഖയ്യാം. മറ്റുള്ളവർക്കു കിട്ടുന്നതിനേക്കാൾ ആറിരട്ടി പ്രതിഫലം. വളരെക്കുറച്ചു സിനിമകൾ മാത്രം ചെയ്യുന്ന, സൃഷ്ടികൾക്ക് പൂർണ്ണത വേണമെന്നു ശഠിക്കുന്ന യാളെന്ന നിലയിൽ ആ പ്രതിഫലം താൻ അർഹിച്ചിരുന്നെന്ന് അദ്ദേഹം വിശ്വസിച്ചു. സിനിമാലോകം അദ്ദേഹത്തെ തിരിച്ചറിയുകയും ആദരിക്കുകയും ചെയ്തു. കാരണം സിനിമയ്ക്കു വേണ്ടി സംഗീതം ചെയ്യുമ്പോൾ സംഗീതത്തിനൊപ്പം പ്രാധാന്യത്തോടെ ഖയ്യാം സിനിമ യെയും ആദരിച്ചിരുന്നു. അതുകൊണ്ടുതന്നെ ഇൻഡ്യൻ സിനിമ യുടെ സുവർണ്ണകാലത്തെ ഏകാന്തപഥികന്റെ ഓരോ സൃഷ്ടിയും എക്കാലവും ആദരിക്കപ്പെടും.

■

അമ്രപാലി:
പാട്ടുമഴയിലാളുന്ന വിരഹാഗ്നി

"രണ്ടായിരത്തിയഞ്ഞൂറിലേറെ വർഷങ്ങൾക്കു മുമ്പ്, ലോകമെങ്ങും സമാധാനസന്ദേശം പരത്താനായി ശ്രീബുദ്ധൻ ഭാരതത്തിൽ പിറന്ന കാലത്ത് ഗംഗാനദിയുടെ തെക്കുഭാഗത്തുള്ള മഗധ ഭരിച്ചിരുന്നത് അജാതശത്രു ആണ്. ഗംഗയുടെ വടക്കൻ തീരത്തുള്ള വൈശാലി എന്ന രാജ്യത്തിൽ അക്കാലത്തു തന്നെ ജനാധിപത്യ ഭരണം നില നിന്നിരുന്നു.''

ലേഖ് ടണ്ഡന്റെ സംവിധാനത്തിൽ 1966ൽ പുറത്തുവന്ന 'അമ്ര പാലി' എന്ന സിനിമ ഇങ്ങനെ ബുദ്ധനെയും പുരാതന ഭാരതചരിത്ര ത്തിലെ ഒരു സുപ്രധാന കാലഘട്ടത്തെയും പരാമർശിച്ചുകൊണ്ട് ആരംഭിക്കുന്നു. അജാതശത്രുവും ബിംബിസാരനുമുൾപ്പെടെ തല പ്പൊക്കവും തന്റേടവുമുള്ള ഒരുപാടു രാജാക്കന്മാർ ജീവിച്ചിരുന്ന ആ നൂറ്റാണ്ടിന്റെ യഥാർത്ഥ നായകൻ ബുദ്ധനായിരുന്നു. മഗധയും വൈശാലിയും കോസലവുമടക്കമുള്ള രാജ്യങ്ങളിലെല്ലാം വൻശിഷ്യ സമ്പത്തുണ്ടായിരുന്ന ബുദ്ധൻ മഹാവിക്രമൻമാരും യുദ്ധക്കൊതിയ ന്മാരുമായ ചക്രവർത്തിമാരെപ്പോലും മാനസാന്തരപ്പെടുത്തി തന്റെ സംഘത്തിൽ ചേർത്തു.

വൈശാലിയിലെ പുകൾപെറ്റ നഗരശോഭിനിയും നർത്തകിയും സർവ്വോപരി അടിയുറച്ച ദേശസ്നേഹിയുമായിരുന്ന അമ്രപാലിയായി തിരശ്ശീല നിറഞ്ഞാടിയ വൈജയന്തിമാലയ്ക്കൊപ്പം പരാമർശിക്ക പ്പെടേണ്ട മറ്റു രണ്ടു കലാകാരികൾ കൂടിയുണ്ട്, ഈ സിനിമയിൽ. അജന്ത ഗുഹകളിലും മറ്റും യാത്രചെയ്തും വിശദമായ ഗവേഷണങ്ങൾ നടത്തിയും ആ നൂറ്റാണ്ടിലെ ചമയങ്ങളെക്കുറിച്ച് മനസ്സിലാക്കി അമ്രപാലിയിലെ കഥാപാത്രങ്ങൾക്ക് മിഴിവേകിയ ഭാനു അതയ്യയാണ് ഒരാൾ. (റിച്ചാഡ് ആറ്റൻബറോയുടെ ഗാന്ധി എന്ന സിനിമയിലൂടെ ഓസ്കർ നേടിയ വസ്ത്രാലങ്കാരക.) ശങ്കർ ജയ്കിഷൻ സംഗീതം പകർന്ന അഞ്ചു ഗാനങ്ങളും പാടിയ ലതാ മങ്കേഷ്കറാണ് മറ്റൊരാൾ.

പുരുഷശബ്ദത്തിലുള്ള ഒരു ഗാനം പോലുമില്ലാത്ത സിനിമയാണ് അമ്രപാലി. ഒരു നർത്തകി കേന്ദ്രകഥാപാത്രമായ സിനിമയായിട്ടു പോലും വെറും അഞ്ചു പാട്ടുകൾ മാത്രമേ അമ്രപാലിയിൽ ഉള്ളൂ. ''തുമേ യാദ് കർതേ കർതേ, തഡപ് യേ ദിന് രാത് കി, നാചോ ഗാവോ, ജാവോ രേ'' (രചന: ശൈലേന്ദ്ര), ''നീല് ഗഗന് കീ'' (രചന: ഹസ്രത് ജയ്പുരി). എല്ലാ ഗാനങ്ങളിലും അമ്രപാലിയുടെ ആത്മാവുണ്ടെന്ന് തോന്നും, ലതയുടെ വശ്യമായ ആലാപനം കേട്ടാൽ.

എങ്ങനെയും വൈശാലി ആക്രമിച്ചു കീഴടക്കണമെന്ന് ദൃഢപ്രതിജ്ഞയെടുത്തിരിക്കുകയാണ്, മഗധയുടെ ചക്രവർത്തിയായ അജാതശത്രു (സുനിൽ ദത്ത്). അദ്ദേഹത്തിന്റെ പിതാവ് ബിംബിസാരൻ രണ്ടുവട്ടം വൈശാലിയെ ആക്രമിച്ചപ്പോഴും പരാജയപ്പെടുകയാണുണ്ടായത്. വൈശാലിയുടെ സൈന്യം സാമ്രാജ്യവികസനത്തിനായി ഒരു രാജ്യത്തെയും ആക്രമിക്കില്ല. ഇങ്ങോട്ടുള്ള ആക്രമണത്തിന് ചുട്ട മറുപടി കൊടുക്കാൻ മടിച്ചിട്ടുമില്ല. ഇതൊക്കെ ചൂണ്ടിക്കാണിച്ച് മകനെ പിന്തിരിപ്പിക്കാൻ രാജമാതാവ് ശ്രമിച്ചെങ്കിലും അജാതശത്രുവിന്റെ പിടിവാശിക്കു മാറ്റമുണ്ടായില്ല. അദ്ദേഹം വൈശാലിയെ ആക്രമിച്ചു. മഗധ പരാജയപ്പെടുകയും ചെയ്തു. സാരമായി മുറിവേറ്റ അജാതശത്രു മരിച്ചു കിടന്ന ഒരു ശത്രുസൈനികന്റെ പടച്ചട്ട മോഷ്ടിച്ച് തന്റെ സുന്ദരമായ താടി വടിച്ചുകളഞ്ഞ് വേഷം മാറി അഭയം പ്രാപിച്ചത് അമ്രപാലിയുടെ വീട്ടിലാണ്. അപ്പോൾ അവൾ കൊട്ടാരം നർത്തകിയായിട്ടില്ല. യുദ്ധത്തിൽ വൈശാലിക്കാണ് വിജയമെന്ന വാർത്ത അമ്രപാലി ആദ്യം കേൾക്കുന്നത് വേഷപ്രച്ഛന്നനായ അജാതശത്രുവിൽ നിന്നാണ്. അദ്ദേഹത്തെ ശുശ്രൂഷിച്ച് സുഖപ്പെടുത്തി തിരിച്ചയച്ച് അധികം വൈകാതെയാണ് അമ്രപാലി കൊട്ടാരം നർത്തകിയായി അവരോധിക്കപ്പെടുന്നത്. പേരു വെളിപ്പെടുത്താതെ 'സൈനികൻ' എന്നു മാത്രം അമ്രപാലിക്കു മുന്നിൽ സ്വയം പരിചയപ്പെടുത്തിയ അജാതശത്രുവിന്റെ മനസ്സിൽ അപ്പോഴേക്കും അവൾ അനുരാഗദേവതയായി കുടികൊണ്ടു കഴിഞ്ഞിരുന്നു. വൈശാലിയുടെ സേനാപതിയെ ഒറ്റുകാരനായിക്കിട്ടിയ അജാതശത്രു അവിടെത്തന്നെ താമസിച്ച് വീണ്ടുമൊരാക്രമണത്തിനു പദ്ധതിയിടുന്നു. ഇതിനിടെ കൊട്ടാരം നർത്തകിയായി തെരഞ്ഞെടുക്കപ്പെട്ട അമ്രപാലിയുടെ ആദ്യപ്രകടനം നടക്കുന്നു. അതു കാണാൻ പ്രിയതമനായ സൈനികൻ എത്തുമെന്ന പ്രതീക്ഷയിലാണ് അമ്രപാലി. രാജസദസ്സ് അവളുടെ ലാസ്യനൃത്തം ആസ്വദിക്കാൻ ഒരുങ്ങിയിരിക്കുകയാണ്. അജാതശത്രു എത്തിയിട്ടില്ല. ചടുലതാളത്തിൽ താളവാദ്യങ്ങളും വീണയും വായിക്കാൻ തുടങ്ങിയ പക്കമേളക്കാരെ അമ്പരപ്പിച്ചു കൊണ്ട് അമ്രപാലി പതിഞ്ഞ മട്ടിൽ പാടിത്തുടങ്ങുന്നു.

നീല് ഗഗന് കീ ഛാവോം മേ
ദിന് രേന് ഗലേ സേ മിൽതേ ഹേ
ദില് പംഛി ബന് ഉഡ് ജാതാ ഹേ
ഹമ് ഖോയേ ഖോയേ രഹ്തേ ഹേ

പിന്നീട് താൻ കേവലം ഒരു നർത്തകിയാണെന്ന തിരിച്ചറിവിൽ ആ ഗാനത്തിന്റെ ബാക്കി ഭാഗങ്ങൾക്ക് അമ്രപാലി വേഗം കൂട്ടുന്നതും അതോടൊപ്പം തെരുവിലൂടെ കയ്യിൽ വാളുമേന്തി നടന്നു വരുന്ന അജാതശത്രു രാജകൊട്ടാരത്തിലേക്കു പ്രവേശിക്കുന്നതും പിന്നീട് അവളുടെ നൃത്തം അത്യാഹ്ലാദത്തിന്റെ കൊടുമുടിയിലെത്തുന്നതും മടുക്കാതെ ഇപ്പോഴും ആസ്വദിക്കാമെങ്കിൽ അക്കാലത്ത് ആ ഗാന ചിത്രീകരണം പ്രേക്ഷകർക്ക് വിസ്മയമായിരുന്നിരിക്കണം.

വിരഹത്തിന്റെ തീയിലെരിഞ്ഞുകൊണ്ട് കൊട്ടാരസദൃശമായ തന്റെ വീട്ടിലിരുന്ന് അമ്രപാലി ആലപിക്കുന്ന മറ്റൊരു പാട്ടുണ്ട്. ഇൻഡ്യൻ സിനിമയിലെ അനശ്വരഗാനങ്ങളിലൊന്നാണത്.

തുമേ യാദ് കര്തേ കര്തേ ജായേഗി രേന് സാരീ
തുമ് ലേ ഗയേ ഹോ അപ്നേ സംഗ് നീന്ദ് ഭി ഹമാരി

(നിന്നെക്കുറിച്ചോർത്തോർത്ത് രാത്രി മുഴുവൻ കടന്നു പോകും. എന്റെ ഉറക്കവും കൂടി നീ നിനക്കൊപ്പം കൊണ്ടു പോയല്ലോ.)

ലത മങ്കേഷ്കറുമായി ഇടക്കാലത്തുണ്ടായിരുന്ന വഴക്കും അഭിപ്രായഭിന്നതകളും മറന്ന് ശങ്കർ ജയ്കിഷൻ അവരോടൊപ്പം ചേർന്ന സിനിമയായിരുന്നു അമ്രപാലി. ഏറ്റവും മനോഹരമായി സിതാർ ഉപയോഗിച്ച ഗാനങ്ങളിലൊന്നാണിത്. നൂറ്റാണ്ടുകൾക്കപ്പുറമുള്ള ചന്ദ്രികാചർച്ചിതമായ ഒരു രാത്രിയിലേക്ക് നമ്മെ കൂട്ടിക്കൊണ്ടു പോകുന്നു, ലതയുടെ വശ്യമായ ആലാപനം. രാജ് കപൂർ സിനിമകളിലല്ലാതെ ശങ്കർ ജയ്കിഷന്മാർ പൂർണ്ണമായും മനസ്സർപ്പിച്ച് ഈണമിട്ട പാട്ടുകൾ അമ്രപാലിയിലേതാണെന്ന് ലത തന്നെ ഒരിക്കൽ അഭിപ്രായപ്പെട്ടിട്ടുണ്ട്.

മന് ഹേ കി ജാ ബസാ ഹേ അന്ജാന് ഇക് നഗർ മേ
കുഛ് ഖോജ്താ ഹേ പാഗൽ ഖോയി ഹുയി ഡഗര് മേ
ഇത്നേ ബഢേ മഹല് മേ ഖബ്രാവും മേ ബേചാരി
തുമ് ലേ ഗയേ ഹോ അപ്നേ സംഗ് നീന്ദ് ഭി ഹമാരി

(ഏതോ അജ്ഞാതനഗരത്തിൽപ്പോയി താമസമുറപ്പിച്ചിരിക്കുകയാണ് എന്റെ മനസ്സ്. വഴിയിൽ നഷ്ടമായ എന്തിനെയോ തിരയുകയാണത്. ഈ വലിയ കൊട്ടാരത്തിൽ ഒറ്റയ്ക്കിരിക്കുമ്പോൾ എനിക്കു പേടിയാകുന്നു.)

അമ്രപാലിയുടെ വിരഹഗാഥ ഇങ്ങനെ തുടരുന്നു.

ആ വർഷം ഓസ്കർ പുരസ്കാരങ്ങളിലെ മികച്ച വിദേശഭാഷാ ചിത്രങ്ങൾക്കുള്ള മത്സരത്തിൽ ഇൻഡ്യയിൽ നിന്ന് അമ്രപാലി തെരഞ്ഞെടുക്കപ്പെട്ടെങ്കിലും നാമനിർദ്ദേശപ്പട്ടികയിൽ നിന്നു പുറത്താകുകയായിരുന്നു. ബോക്സോഫീസിലും അമ്രപാലി തകർന്നു വീണു. അക്കാലത്തെ ഇൻഡ്യൻ പ്രേക്ഷകർക്ക് ഉൾക്കൊള്ളാൻ കഴിയാത്ത എന്തോ ഒന്ന് ആ സിനിമയിലുണ്ട്. സിനിമയുടെ പരാജയം വൈജയന്തിമാലയ്ക്ക് വലിയ ആഘാതമായി. സിനിമാഭിനയം ഉപേക്ഷിക്കുന്നതിനെക്കുറിച്ച് അവർ ആലോചിച്ചു. വിവാഹത്തിനു ശേഷം നേരത്തേ കരാറൊപ്പിട്ടിരുന്ന സിനിമകളിൽ മാത്രമാണ് വൈജയന്തിമാല അഭിനയിച്ചത്.

കാലം ഊതിത്തെളിയിച്ച ഒരു വിളക്കാണ് അമ്രപാലി. പാട്ടും നൃത്തവും മാത്രമല്ല, ആ സിനിമയിലെ നിലപാടുകളും പ്രധാനമാണ്. കാരണം, ബുദ്ധനിൽ നിന്നു തുടങ്ങി ബുദ്ധനിൽ അവസാനിക്കുന്ന അമ്രപാലി അടിസ്ഥാനപരമായി ഒരു യുദ്ധവിരുദ്ധ സിനിമയാണല്ലോ.

■

ഗഗനചാരിയുടെ ഈണങ്ങൾ

1997ലാണ്. ഡൽഹിയിൽ ദി ഏഷ്യൻ ഏജ് എന്ന പത്രത്തിൽ സബ് എഡിറ്ററായി ജോലി ചെയ്യുന്ന കാലം. ഒരൊഴിവുദിനത്തിന്റെ പിറ്റേന്ന് രാവിലെ പത്രം മറിച്ചുനോക്കുമ്പോൾ ഏതോ അമേരിക്കൻ നഗരത്തിന്റെ ഡേറ്റ് ലൈനിൽ ഒരു വാർത്ത കണ്ടു: Country crooner John Denver dies in plane crash. കൺട്രി ക്രൂണർ എന്നാലെന്താണെന്നൊന്നും മനസ്സിലാക്കാനുള്ള പാശ്ചാത്യസംഗീത പരിജ്ഞാനം അന്നും ഇന്നും ഇല്ല. എന്തിന്, ജോൺ ഡെൻവർ ഫോക് സംഗീതത്തിലെ ഇതിഹാസതാരമാണെന്നും അറിയില്ലായിരുന്നു. പക്ഷേ, വാർത്തയിലേക്കു വീണ്ടും കണ്ണോടിച്ചപ്പോൾ അദ്ദേഹത്തിന്റെ ഒരു ഗാനത്തെക്കുറിച്ചുള്ള പരാമർശം കണ്ണിൽപ്പെട്ടു: Take Me Home, Country Roads.. ഡെൻവറിനെ ലോകപ്രശസ്തനാക്കിയ ഗ്രാമീണ ഗീതമാണത്. ഡെൻവറിനെ അറിയില്ലായിരുന്നെങ്കിലും ആ പാട്ട് പലവട്ടം കേട്ടിരുന്നു. എം എ പഠനകാലത്ത് ക്ലാസ്സിലെ പാശ്ചാത്യ സംഗീതപ്രിയരായ കൂട്ടുകാർ ഇടയ്ക്കൊക്കെ ഗിറ്റാറിന്റെ അകമ്പടിയോടെ ആലപിച്ചിരുന്ന ഗാനം. ബോണിയെമ്മും അബ്ബയും മൈക്കൽ ജാക്സനുമടങ്ങുന്ന പരിമിതമായ വെസ്റ്റേൺ സംഗീത പരിചയം മാത്രമുണ്ടായിരുന്ന അക്കാലത്ത് ആ ചങ്ങാതിക്കൂട്ടം പാടിക്കേട്ടു മനപ്പാഠമായതാണ് അതിന്റെ വരികൾ. വെസ്റ്റ് വെർജീനിയയുടെ പ്രകൃതിരമണീയതയെ ഗൃഹാതുരത്വത്തോടെ ഓർത്തുകൊണ്ടാണ് ആ പാട്ട് തുടങ്ങുന്നത്.

Almost heaven, West Virginia
Blue Ridge Mountains, Shenandoah River
Life is old there, older than the trees
Younger than the mountains, blowing like a breeze

ഭാസ്കരൻ മാഷ് എഴുതിയ 'നാളികേരത്തിന്റെ നാട്ടിലെനിക്കൊരു നാഴിയിടങ്ങഴി മണ്ണുണ്ട്' എന്ന പാട്ടു കേൾക്കുമ്പോൾ പ്രവാസി മലയാളികൾക്കുണ്ടാകുന്നതുപോലൊരു ആവേശവും ആർദ്രതയും അമേരിക്കക്കാരിൽ ഉണർത്തുന്ന പാട്ട്. വൃക്ഷനിബിഡതകൊണ്ട്

നീലനിറമാർന്ന ബ്ലൂ റിഡ്ജ് പർവ്വതനിര. ഷെനൻഡോവ നദിയും ചരിത്രപ്രസിദ്ധമായ അതിന്റെ തീരദേശങ്ങളും. മഹാവൃക്ഷങ്ങളേക്കാൾ പുരാതനമായ അവിടുത്തെ മനുഷ്യസംസ്കാരം. ഇളംകാറ്റൊഴുകുന്ന ആ തീരങ്ങളിലേക്കാണ് ഡെൻവർ പോകുന്നത്. കൂറ്റൻ ക്യാൻവാസ്സുകളിൽ പ്രകൃതി വർണ്ണചിത്രങ്ങൾ വരച്ചിട്ട നാട്ടുവഴികളിലൂടെ.

Country roads, take me home
To the place I belong
West Virginia, mountain mama
Take me home, country roads

അമേരിക്കൻ സാഹിത്യവും ചരിത്രവും പ്രധാന പാഠ്യവിഷയങ്ങളായിരുന്നതുകൊണ്ട് അക്കാലത്ത് വെസ്റ്റ് വെർജീനിയയും മിസ്സിസ്സിപ്പിയുമൊക്കെ സങ്കൽപങ്ങളിൽ പച്ചപിടിച്ചു തുടങ്ങിയിരുന്നു. അമേരിക്കയുടെ ആധുനിക നഗരങ്ങളും ഫലഭൂയിഷ്ഠമായ പ്രകൃതിയും അക്ഷരങ്ങളിലൂടെ അത്രമേൽ പരിചിതമാകയാൽ ജോൺ ഡെൻവർ വികാരനിർഭരമായ ശബ്ദത്തിൽ അഭിസംബോധന ചെയ്യുന്ന ആ പർവ്വതമുത്തശ്ശിയെ തൊട്ടടുത്തു കാണാൻ കഴിയുമായിരുന്നു. ഓരോ കുറി പാട്ടുകേൾക്കുമ്പോഴും ആ ഗായകനൊപ്പം അദ്ദേഹത്തിന്റെ നാട്ടിലേക്ക് മനസ്സുകൊണ്ടെങ്കിലും എത്തിപ്പെടുമായിരുന്നു.

അമേരിക്കയുടെ സമൃദ്ധമായ നാടോടിസംഗീത പാരമ്പര്യത്തിന്റെ നേരവകാശികളിലൊരാളായി മാറിയ ജോൺ ഡെൻവർ 1943 ഡിസംബർ 31ന് ന്യൂ മെക്സിക്കോയിലെ റോസ്വെല്ലിലാണ് ജനിച്ചത്. അച്ഛൻ എയർഫോഴ്സ് ഉദ്യോഗസ്ഥനായിരുന്നതു കൊണ്ടാകണം ഒരു ഗഗനചാരിയാകാൻ എന്നും ഡെൻവർ കൊതിച്ചിരുന്നു. മേഘങ്ങളോടും പക്ഷികളോടും സല്ലപിച്ചുകൊണ്ട് ഒറ്റയ്ക്കു പറക്കാനായിരുന്നു അദ്ദേഹത്തിനിഷ്ടം. അത്തരമൊരു ഏകാന്തസഞ്ചാരമാണ് അദ്ദേഹത്തിന്റെ ജീവനപഹരിച്ച വിമാനാപകടത്തിൽ കലാശിച്ചതും. ഡെൻവറിന്റെ ജനപ്രിയ ഗാനങ്ങളൊന്നിന്റെ പേരു തന്നെ Leaving on a Jet Plane എന്നാണ്.

കുട്ടിക്കാലത്തെപ്പൊഴോ മുത്തശ്ശി സമ്മാനിച്ച ഗിത്താറാണ് ഡെൻവറിലെ ഗായകനെ ഉണർത്തിയത്. മലകളെയും പുഴകളെയും വെയിലിനെയും നിലാവിനെയും തെളിവാനത്തെയുമെല്ലാം നിതാന്ത വിസ്മയത്തോടെ നോക്കിക്കൊണ്ട് ഡെൻവർ പാടിക്കൊണ്ടിരുന്നു. സ്റ്റേഡിയങ്ങളിൽ തിങ്ങിനിറഞ്ഞ ആരാധകരും അമേരിക്കയിലെ എണ്ണമറ്റ റേഡിയോനിലയങ്ങളുടെ ലക്ഷക്കണക്കിനു ശ്രോതാക്കളും ലോകമെമ്പാടുമുള്ള സംഗീതപ്രേമികളും ആ പാട്ടുകൾ ഏറ്റുപാടിക്കൊണ്ടിരുന്നു. ആയിരത്തിത്തൊള്ളായിരത്തി അറുപതുകളുടെ അന്ത്യത്തിലും എഴുപതുകളുടെ മദ്ധ്യത്തിലുമായി ഡെൻവർ പുറത്തിറക്കിയ ആൽബങ്ങളിൽ പലതും വൻ ഹിറ്റുകളായിരുന്നു. Country

Roads നു പുറമേ, Rocky Mountain High, Annie's Song, Thank God I'm a Country Boy എന്നീ ആൽബങ്ങളും അവയിലുൾപ്പെടുന്നു. വെസ്റ്റ് വെർജീനിയ സംസ്ഥാനത്തിന്റെ നാല് ഔദ്യോഗിക ഗാനങ്ങളിലൊന്നാണ് 'കൺട്രി റോഡ്സ് ടേയ്ക്ക് മി ഹോം.' വെസ്റ്റ് വെർജീനിയ യൂണിവേഴ്സിറ്റിയുടെ തീം സോങ് കൂടിയാണിത്. ആയിരത്തിത്തൊള്ളായിരത്തി എഴുപതുകളിൽ എൽവിസ് പ്രെസ്ലിയും അറുപതുകളിൽ ബീറ്റിൽസും നിറഞ്ഞുനിന്ന പാശ്ചാത്യസംഗീതലോകത്തെ ജോൺ ഡെൻവർ എഴുപതുകളിൽ അക്ഷരാർത്ഥത്തിൽ കീഴടക്കുക തന്നെയായിരുന്നു.

എല്ലാ ഗതകാലസ്മരണകളുടെയും സംഗമസ്ഥാനമായി ഡെൻവർ ആ മനോഹരമായ ഭൂപ്രദേശത്തെ വിശേഷിപ്പിക്കുന്നു. ഓർമ്മകളുടെ മഞ്ഞണിനിലാവും കണ്ണുനീർത്തുള്ളിയുമാണ് വെസ്റ്റ് വെർജീനിയ.

All my memories gather round her
Miner's lady, stranger to blue water
Dark and dusty, painted on the sky
Misty taste of moonshine, teardrop in my eye

യുവമിഥുനങ്ങളായ ബിൽ ഡാനോഫും റ്റാഫി നിവെർട്ടുമാണ് പാട്ടിന്റെ രചന തുടങ്ങിവച്ചത്. ഡെൻവർ അവരൊടൊപ്പം ചേർന്ന് വെസ്റ്റ് വെർജീനിയയുടെ ഭൂപ്രകൃതിയെക്കുറിച്ചും മറ്റുമുള്ള ചില ഗവേഷണങ്ങൾക്കു ശേഷം ഗാനം പൂർത്തീകരിക്കുകയായിരുന്നു. ഇത്രമേൽ ആർദ്രതയുള്ള ഈ പാട്ടൊരുക്കിയ മൂവരും ഒരിക്കൽപ്പോലും വെസ്റ്റ് വെർജീനിയ കണ്ടിട്ടുണ്ടായിരുന്നില്ലെന്നതാണ് യാഥാർത്ഥ്യം. ഏതായാലും 1970 ഡിസംബറിൽ, അക്കാലത്ത് അത്രയൊന്നും പ്രശസ്തനല്ലാതിരുന്ന ഡെൻവർ സുഹൃത്തുക്കൾക്കൊപ്പം ഒരു സദസ്സിൽ ആദ്യമായി ഈ ഗാനം ആലപിച്ചപ്പോൾ സദസ്യർ ഒന്നടങ്കം എഴുന്നേറ്റു നിന്ന് അഞ്ചുമിനിറ്റോളം കയ്യടിച്ചു. അഞ്ചുപതിറ്റാണ്ടുകൾക്കിപ്പുറവും ആ ഹർഷാരവം മുഴങ്ങിക്കേൾക്കുന്നു.

നിനച്ചിരിക്കാത്ത നിമിഷങ്ങളിൽ പോയകാലത്തെ ഓർമ്മിപ്പിക്കുന്ന റേഡിയോ എന്ന സംഗീതമാസ്മരികതയ്ക്കു പ്രണാമമർപ്പിച്ചുകൊണ്ടാണ് ഡെൻവറുടെ അനശ്വരമായ സഞ്ചാരഗീതം അവസാനിക്കുന്നത്.

I hear her voice, in the morning hour she calls me
The radio reminds me of my home far away
And driving down the road I get a feeling
That I should have been home yesterday, yesterday..

■

സോ ജാ രാജകുമാരാ.. സോ ജാ

ഉമ്പായി...

ആ മനുഷ്യനുമായുള്ള മലയാളിയുടെ ബന്ധം ഗാനശ്രവണത്തിന്റെ പല കാലങ്ങളുമായി കെട്ടുപിണഞ്ഞു കിടക്കുന്നു. ഇങ്ങനെയും ഒരാൾ ഉണ്ടാകുമോ എന്ന് അത്ഭുതാദരങ്ങളോടെ ഒരു തലമുറ മുഴുവൻ ഉമ്പായിയെ നോക്കിയിരുന്നു. നമ്മുടെ ജൽസാഘറുകളിലേക്ക് (സംഗീതമുറികളിലേക്ക്) അനിതരസാധാരണമായ ലാളിത്യത്തോടെ ഉമ്പായി കടന്നുവന്നു. ആ മുറികളിൽ ഇരുന്ന് ഹാർമ്മോണിയം മീട്ടി അയാൾ ഇപ്പോഴും പാടുകയാണ്. അപാരമായ കരുത്തും കറുപ്പുമുള്ള കൃഷ്ണശിലയിൽ നിന്ന് ശില്പമുണ്ടാക്കുന്നതുപോലെയായിരുന്നു ഉമ്പായിയുടെ ഗാനരീതി. പ്രവചനാതീതമായ ആലാപനഗതിയോടെ, നനുത്തൊരു കുളിരുള്ള ലാവണ്യധാരയിലൂടെ കേൾവിക്കാരെ നടത്തിച്ച പാട്ടുകാരൻ.

ഗസൽ സംഗീതത്തിന്റെ ലാളിത്യം കൊണ്ട് ഉമ്പായി എന്ന 'ഗാനഗുണ്ട' (പ്രയോഗത്തിന് മുല്ലനേഴി മാഷിനോട് കടപ്പാട്) മലയാളികളെ വശീകരിക്കുകയായിരുന്നു. ജീവിക്കാൻ വേണ്ടി ഗുണ്ടയാകാനും കള്ളക്കടത്തുകാരനാകാനും വരെ തയ്യാറാകേണ്ട അവസ്ഥയുണ്ടായിരുന്നു ഒരുകാലത്ത്, ആ മട്ടാഞ്ചേരിക്കാരന്. അവഗണിതഗായകരുടെ ശബ്ദങ്ങളിലൂടെ കൊച്ചിയുടെ അന്തരീക്ഷത്തിൽ പറന്നുനടന്ന സംഗീതവീചികളെ ആ പരുക്കൻ ജീവിതാവസ്ഥകളിലും ഉമ്പായി മനസ്സിൽ സൂക്ഷിച്ചിരുന്നു. സാക്ഷാൽ ജോൺ എബ്രഹാമാണ് പി എം ഇബ്രാഹിമിനെ ഉമ്പായിയായി ജ്ഞാനസ്നാനം ചെയ്യിച്ചത് – 'അമ്മ അറിയാൻ' എന്ന സിനിമയിലൂടെ. ഒരു പാട്ടുകാരന്റെ സ്വച്ഛജീവിതം ഉമ്പായിക്കു വിധിച്ചിട്ടുണ്ടായിരുന്നില്ല. കാരണം അദ്ദേഹത്തിന്റെ പിതാവ് വലിയ ഗാനവിരോധിയായിരുന്നു. അതുകൊണ്ടൊക്കെയാകണം, എല്ലാത്തരത്തിലുമുള്ള കഠിനജീവിതചര്യകളിലൂടെയും കടന്നു പോയ ഒരു ബഷീറിയൻ യൗവ്വനമായിരുന്നു ഉമ്പായിയുടേത്. ജീവിതം അടിച്ചേൽപ്പിച്ച ആ കാർക്കശ്യം അനിതരസാധാരണമായ ലാളിത്യത്തോടെ ആ ഗായകന്റെ ആലാപനത്തിൽ നിറഞ്ഞത്

വലിയൊരു വിസ്മയമാണ്. കർക്കശമായ ചര്യകളിലൂടെയാണല്ലോ, ഭാഷയും കലയും ജീവിതം തന്നെയും ലളിതമധുരമാകുന്നത്.

ഗസൽ, ലാളിത്യത്തിന്റെ അസാദ്ധ്യ പ്രയോഗമാണ്. അധിക മാർക്കും അതു വഴങ്ങിയിട്ടുണ്ടെന്നു തോന്നുന്നില്ല.

എം.എസ്. ബാബുരാജിന് അതു വഴങ്ങുമായിരുന്നു; ആ വഴിയേ പോയ പലർക്കും. പാട്ടിനെ വഴിമാറ്റി നടത്തിക്കലാണ് ഗസൽ. സംശയമില്ല.

ഉമ്പായി ഒരു ഗായകൻ മാത്രമായിരുന്നില്ല. സ്വന്തം നിലയിൽ പാട്ടുകളെ തിരുത്തിപ്പാടുകയും ശ്രോതാക്കളെക്കൊണ്ട് മാറ്റിപ്പാടിപ്പി ക്കുകയും ചെയ്ത സംഗീത സംവിധായകൻ കൂടിയായിരുന്നു. എന്നു വച്ചാൽ സ്വന്തം കലയെ, കാമനകളെ കണ്ടെത്തിയവൻ. മലയാള ത്തിലെ അറിയപ്പെടുന്നവരും അല്ലാത്തവരുമായ പല കവികളുടെയും വരികൾക്ക് ഉമ്പായി വേറിട്ട ഭാഷ്യങ്ങൾ ചമച്ചു. തീർച്ചയായും അത് ഒരു വലിയ ഇടപെടലായിരുന്നു. സ്വന്തം വഴി വെട്ടിയുണ്ടാക്കുന്ന ഭാരിച്ച പ്രക്രിയയായിരുന്നു. നിലനിന്നിരുന്ന എല്ലാ വഴികൾക്കുമിട യിലൂടെ മറ്റൊരു വഴിയുണ്ടാക്കി ഉമ്പായി തലയുയർത്തി നടന്നു. ആരെയും ശല്യപ്പെടുത്താതെ. മലയാളികൾ അദ്ദേഹത്തെ പിന്തു ടർന്നു.

എല്ലാ ഗസലുകളും ഒരുപോലെയിരിക്കും എന്നു ധരിച്ചുവശായ വരേണ്യ സംഗീതാസ്വാദകരെക്കൊണ്ടു പോലും തന്റെ പാട്ടുകൾ ഒരിക്കലെങ്കിലും ഉമ്പായി ഏറ്റുപാടിപ്പിച്ചു.

എനിക്കും അയാൾക്കും തമ്മിലെന്ത്?

എന്നൊരു ചോദ്യം ഉണ്ടെങ്കിൽ അതിനുത്തരം ഒരു പാട്ടാണ്. ഫോണിലൂടെ ഒരിക്കൽ അദ്ദേഹം പാടി കേൾപ്പിച്ച പാട്ട്..

സ്വരസുഷിരങ്ങളില്ലാത്ത
സുന്ദര സ്വർണ്ണ മുരളികയിൽ
സപ്തസ്വര സുഷിരങ്ങളില്ലാത്ത
സുന്ദര സ്വർണ്ണമുരളികയിൽ..
സ്വർഗ്ഗ സംഗീത സുധ തുളുമ്പീടുകിൽ
നിർഗ്ഗളിക്കുവതെങ്ങിനെ..
അത്... നിർഗ്ഗളിക്കുവതെങ്ങിനെ...

ഇത് എം.എസ്. ബാബുരാജ് ഈണമിട്ടു പാടിയതാണ്. പി.എ. കാസിം ആണ് കവി. നാടകഗാനമാണോ, ലളിതഗാനമാണോ എന്ന് ഇപ്പോഴും നിശ്ചയമില്ല. ഈ പാട്ടിന്റെ അനുപല്ലവി കേൾക്കുക.

ഊമയൊരുവൻ അപ്സര കിന്നര
ലോകമാകെ കിനാവു കാണുകിൽ

നാലു പേരോടു ചൊല്ലുവതെങ്ങനെ
നാവും നാദവുമില്ലാതെ..

ഇത്തരം പാട്ടുകൾ തേടിയായിരുന്നു, ഉമ്പായിയുടെ യാത്ര.

വിസ്മരിക്കപ്പെട്ടുപൊയ്ക്കൊണ്ടിരിക്കുന്ന കൊച്ചിപ്പാട്ടുകൾ (കോഴിക്കോടു മാത്രമല്ല, കേട്ടോ) തേടിപ്പിടിക്കുമ്പോഴും ഉമ്പായി ഒ.എൻ.വി.യെയും സച്ചിദാനന്ദനെയും അന്വേഷിച്ചിരുന്നു.

മലയാളഭാഷയിൽ ഗസലുകൾ സൃഷ്ടിച്ച് ഒരു വിപ്ലവം തന്നെയാണ് ഉമ്പായി കൊണ്ടുവന്നത്. പിന്നീട് അതൊരു വികാരമായി. ഗസൽ പാരമ്പര്യം ടാഗോറിൽ നിന്നേ തുടങ്ങിയതാണ്. മലയാളത്തിൽ ഒരുപാട് ടാഗോറിയൻ ഗസലുകൾ വളരെ നേരത്തേ തന്നെ പിറന്നിരുന്നു.

താമരക്കുമ്പിളല്ലോ മമ ഹൃദയം
അതിൽ താതാ നിൻ സംഗീത മധു പകരൂ..

ഇങ്ങനെ എത്രയോ പാട്ടുകൾ. ഈ വഴികൾ പിന്തുടർന്നുകൊണ്ട് ഒരുപാടു കവിതകളുടെ ടാഗോർ പാതകളിലൂടെ ഉമ്പായിയും സഞ്ചരിച്ചു. ദൈവത്തെ കാമുകനായും കാമുകിയായും മനുഷ്യരെയാകെ ദൈവമായും കാണുന്ന അസാധാരണമായ റൊമാന്റിസിസം. അതിന്റെ ഗായകരൂപങ്ങളിലൊന്നായിരുന്നു ഉമ്പായി.

മലയാളികളുടെ സംഗീതസ്നേഹത്തിന്റെ ആഴത്തിൽ പതിഞ്ഞ പാദമുദ്രകളിലൊന്നാണ് ഉമ്പായിയും അദ്ദേഹത്തിന്റെ മൃദുശബ്ദവും. കടുത്ത പൗരുഷവുമില്ല, വല്ലാത്ത സ്ത്രൈണതയുമില്ല. ഒരുപക്ഷേ യേശുദാസിനൊപ്പമുള്ള ജനകീയത ഉമ്പായിക്കുണ്ടായതും അതുകൊണ്ടാകണം.

ഗസൽ എന്ന വാക്കു തന്നെ കേട്ടു ഞെട്ടിയ ഒരു കാലമുണ്ടായിരുന്നു. അതിനു കാരണം ഒരു കവിതയാണ്. 'ഗസൽ' എന്നു തന്നെയാണ് ആ കവിതയുടെ പേര്. ബാലചന്ദ്രൻ ചുള്ളിക്കാട് എഴുതിയ ആ കവിത ഇങ്ങനെ തുടങ്ങുന്നു.

ഡിസംബർ മുപ്പത്തിയൊന്ന്
രാത്രി
സത്രത്തിൻ ഗാനശാലയിൽ
ഗുലാം അലി പാടുന്നു..

ഗുലാം അലിയെ തിരസ്കൃതനാക്കാനുള്ള ആദ്യകാല ഹിന്ദുത്വ ശ്രമങ്ങൾ നടക്കുന്ന കാലത്താണ് ആ കവിത വരുന്നത്. ഗുലാം അലിയുടെ ''ചുപ്കേ ചുപ്കേ രാത് ദിൻ'' എന്ന ഗസലാണ് ഉമ്പായിയെ നമ്മുടെ സംഗീതമനസ്സുകളിൽ ചിരപ്രതിഷ്ഠിതനാക്കിയത് എന്നോർക്കണം. എല്ലാ അർത്ഥത്തിലും ജനകീയനായിരുന്നു ഉമ്പായി.

അതിലപ്പുറം തികച്ചും മതേതരനായ കലാകാരനുമായിരുന്നു. കാലം സൃഷ്ടിക്കുന്ന ചില അത്ഭുതങ്ങളുണ്ടല്ലോ. അത്തരം അത്ഭുത പ്രതിഭാസങ്ങളെ കാലം തന്നെ മടക്കി വിളിക്കുന്നു. ഉമ്പായിയെ ശ്വാസകോശാർബ്ബുദത്തിന്റെ രൂപത്തിലാണ് കാലം മടക്കി വിളിച്ചത്. മക്കൾക്കു വേണ്ടി എന്നന്നേയ്ക്കുമായി ലഹരി ഉപേക്ഷിച്ച സ്നേഹ സമ്പന്നനായ പിതാവായിരുന്നു ഉമ്പായി എന്നോർക്കണം.

ഉമ്പായിയെപ്പോലെയുള്ള ജനകീയ കലാകാന്മാർ വലിയ ഓർമ്മകൾ ബാക്കി വയ്ക്കുന്നു. ആ ഓർമ്മകൾ തലമുറകൾ പങ്കിട്ടെടുക്കുന്നു. 'ഗസൽ' എന്ന കവിതയിലേക്കും ഗുലാം അലിയിലേക്കും ഒപ്പം ഉമ്പായിയിലേക്കും മടങ്ങട്ടെ.

വിരഹാർത്തിയും
ആർദ്രഗംഭീരമലിയുടെ നാദവും ഉറുദുവുമുരുകിച്ചേരും
ഗാനലായനിയൊഴുകുമ്പോൾ
ചിരബന്ധിതമേതോ രാഗസന്താപം
ഹാർമ്മോണിയത്തിൻ ചകിത വാതായനം ഭേദിക്കുന്നു..

പ്രണയോന്മാദങ്ങളുടെയും വിരഹത്തിന്റെയും കാമനകളുടെയും നിത്യബന്ധിത വാതായനങ്ങളാണ് ഉമ്പായി തന്റെ വിരലുകൾ ഹാർ മ്മോണിയക്കട്ടകളിലോടിച്ച് തുറന്നുകൊണ്ടേയിരുന്നത്. ആ ഗാന വിശാലതയിൽ ഇനിയുമിരുന്നു കൊണ്ട്, ഉമ്പായി അനശ്വരമാക്കിയ ഈ ഈരടി കൂടി ഓർക്കട്ടെ..

സ്വപ്നനഗരിയിലെ പുഷ്പശയ്യയിൽ നിന്നാ-
മുഗ്ദ്ധസൗന്ദര്യത്തെ ഉണർത്തരുതേ
ആരും ഉണർത്തരുതേ..

മട്ടാഞ്ചേരി കൽവത്തി ജുമാ മസ്ജിദിലെ കബർസ്ഥാനിൽ മഴ യുടെ ഈർപ്പം മാറാത്ത മണൽശയ്യയിൽ മയങ്ങുകയാണ് ഉമ്പായി. പ്രണയവും വിരഹവും കാത്തിരിപ്പുമെല്ലാം ആർദ്രമായ ആലാപന ത്തിലൂടെ മലയാളിക്ക് അനുഭവവേദ്യമാക്കിത്തന്ന പാട്ടുകാരൻ. മല യാളം ഗസൽ എന്നൊരു സംഗീതധാര തന്നെ നമുക്കു സമ്മാനി ച്ചാണ് ഉമ്പായി മറഞ്ഞുപോകുന്നത്. തലമുറകൾ ആ പാട്ടുകൾ ഏറ്റുപാടും.

ഷേയ്ക്സ്പിയറുടെ ഹാംലെറ്റിൽ പ്രശസ്തമായ ഒരു വരിയുണ്ട്.

ഗുഡ് നൈറ്റ്, സ്വീറ്റ് പ്രിൻസ്, ആൻഡ് ഫ്ളൈറ്റ്സ് ഓഫ് എയ് ഞ്ജൽസ് സിങ് ദീ റ്റു ദൈ റെസ്റ്റ്..

ഗസലുകളുടെ രാജകുമാരാ... ഉറങ്ങുക. മാലാഖക്കൂട്ടങ്ങൾ നിന്നെ പാടിയുറക്കും.

സോജാ രാജകുമാരാ... സോ ജാ...

■

പിതാവിന്റെയും പുത്രിയുടെയും നാമത്തിൽ

പിതാക്കളുടെ ദിവസമാണ് ജൂൺ 17. അച്ഛനമ്മമാർക്കും പിതാമഹന്മാർക്കും കാമുകീകാമുകന്മാർക്കുമെല്ലാം വേണ്ടി നമ്മൾ ഓരോരോ ദിവസങ്ങൾ മാറ്റി വച്ചിരിക്കുന്നു. സ്നേഹത്തെക്കുറിച്ചുള്ള ഓർമ്മപ്പെടുത്തലുകളാകുന്നു ഈ ദിനങ്ങളെല്ലാം. എല്ലാ ദിവസവും എല്ലാ നിമിഷവും എല്ലാവരെയും സ്നേഹിക്കാൻ തയ്യാറുള്ളവർക്ക് ഇത്തരം സ്മൃതിദിനങ്ങളിൽ വിശ്വാസമുണ്ടാകില്ല. അല്ലെങ്കിൽത്തന്നെ നാട്ടിൻ പുറങ്ങളിൽ ബാല്യകൗമാരങ്ങൾ ചെലവഴിച്ചവരും മലയാളം മീഡിയം സ്കൂളുകളിൽ പഠിച്ചവരും ഇത്തരം ദിനാചരണങ്ങളെക്കുറിച്ച് അറിയുന്നതുതന്നെ വളരെ വൈകിയായിരിക്കും. മദേഴ്സ് ഡേയെക്കുറിച്ചും ഫാദേഴ്സ് ഡേയെക്കുറിച്ചും കേട്ടിട്ടുപോലുമില്ലാത്ത എത്രയോ അച്ഛനമ്മമാരുണ്ടാകും.

ഏതായാലും 2018ലെ ഫാദേഴ്സ് ഡേ ഒരു ദീർഘമായ കാർ യാത്രയിലൂടെയാണ് കടന്നു പോയത്. ബാംഗ്ലൂരിൽ നിന്ന് തൃശ്ശൂർ വരെ. അവിടെ ബിരുദ വിദ്യാർത്ഥിനിയായ മൂത്ത മകളെ കാണാൻ പോയി തിരിച്ചു വരികയായിരുന്നു ഞാനും സഹധർമ്മിണിയും ഇളയ മകളും. സാരഥി ഈയുള്ളവൻ തന്നെ. ഈ കോളത്തിൽ എന്തെഴുതേണ്ടൂ എന്ന ഗാഢചിന്തയിൽ കാതങ്ങൾ തള്ളിനീക്കുമ്പോഴാണ് എന്റെ പുത്രിമാർ തന്നെ ഈയിടെ പാടിക്കേൾപ്പിച്ച ഒരു പാട്ടിന്റെ വരികൾ ഓർമ്മ വന്നത്. പാശ്ചാത്യസംഗീതത്തിലെ കൺട്രി സോങ് ഗണത്തിൽപ്പെടുന്ന ഒരു പാട്ടാണത്. അച്ഛനെക്കുറിച്ചുള്ള മകളുടെ ഓർമ്മകളാണ് ആ ഗാനം.

> Came into this world
> Daddy's little girl
> And daddy made a soldier out of me

വിഖ്യാത അമേരിക്കൻ ഗായികയും ഗാനരചയിതാവും അഭിനേത്രിയുമായ ബിയോൺസേയുടെ (Beyonce Giselle Knowles-Carter)

ലെമനേഡ് എന്ന ആൽബത്തിലെ Daddy Lessons എന്ന ഗാനം. ജീവിതത്തിന്റെ ചതിക്കുഴികളിൽ പെട്ടു പോകാതെ ഒരു പോരാളിയായി ജീവിക്കാൻ കുഞ്ഞുമകളെ പഠിപ്പിക്കുന്ന ഒരച്ഛനെയാണ് ബിയോൺസെ അവതരിപ്പിക്കുന്നത്. ആ പാഠങ്ങളാകുന്നു ഡാഡി ലെസ്സൻസ്.

And we rode motorcycles
Blackjack, classic vinyl
Tough girl is what I had to be

ബിയോൺസെയുടെ ആഫ്രോ-അമേരിക്കൻ സ്വത്വത്തിന്റെ പശ്ചാത്തലത്തിൽ വേണം ഈ പാട്ടിന്റെയും ലെമനേഡ് എന്ന ആൽബത്തിന്റെയാകെത്തന്നെയും അന്തരാർത്ഥങ്ങളിലേക്ക് സഞ്ചരിക്കാൻ. അമേരിക്കൻ സമൂഹത്തിൽ കറുത്തവർഗ്ഗക്കാരികൾ എക്കാലത്തും നേരിട്ടുപോന്നിട്ടുള്ള വിവേചനത്തിന്റെയും അവമതിയുടെയും ചിത്രങ്ങൾ ബിയോൺസെ ഈ ആൽബത്തിലുടനീളം വരച്ചുകാട്ടുന്നു. അമേരിക്കയിലെ കറുത്തവർഗ്ഗക്കാർക്കു വേണ്ടി നിരന്തരം ശബ്ദമുയർത്തിയ മനുഷ്യാവകാശപ്രവർത്തകൻ മാൽകോം എക്സിന്റെ പ്രസിദ്ധമായ പ്രസംഗത്തിലെ ഒരു ഭാഗം തന്നെ 'ലെമനേഡി'ൽ ബിയോൺസെ ഉപയോഗിക്കുന്നുണ്ട്: The most disrespected person in America is the black woman. അമേരിക്കയിൽ കറുത്തവർഗ്ഗത്തിൽപ്പെട്ട സ്ത്രീകൾ നേരിടുന്ന സാമൂഹ്യപ്രശ്നങ്ങളെക്കുറിച്ച് ബോധവതിയായതുകൊണ്ടാണ് ഒരു പരുക്കൻ ജീവിതത്തിലേക്ക് തന്നെ പറിച്ചുനടാൻ ശ്രമിച്ച പിതാവിനെ ബിയോൺസെ അനുഭാവപൂർവ്വം ഓർക്കുന്നത്. യഥാർത്ഥത്തിൽ അച്ഛനുമായി പലതരത്തിലുള്ള അഭിപ്രായഭിന്നതകളും ഉണ്ടായിരുന്നെങ്കിലും വികാരവിരേചനത്തിന്റെ ഗാഥ പോലെ സൃഷ്ടിക്കപ്പെട്ട ഈ ആൽബത്തിൽ ബിയോൺസെ അദ്ദേഹത്തെക്കുറിച്ചുള്ള നല്ല ഓർമ്മകൾ മാത്രം തെരഞ്ഞെടുക്കുകയാണ്. മോട്ടോർസൈക്കിൾ സവാരിയും ചൂതാട്ടവും ക്ലാസ്സിക് റോക് സംഗീതവുമായി കടന്നുപോയ ബാല്യകൗമാരങ്ങളിൽ നാണംകുണുങ്ങിയായ സുന്ദരിയാകാനല്ല, കരുത്തുള്ള സ്ത്രീയാകാനാണ് അച്ഛൻ അവളെ പഠിപ്പിച്ചത്. പക്ഷേ മകളെ കൈപിടിച്ച് നൃത്തച്ചുവടുകൾ പഠിപ്പിക്കാനും അദ്ദേഹം മറന്നില്ല.

Daddy made me dance
And daddy held my hand
And daddy liked his whisky with his tea

(''ചായയ്ക്കൊപ്പം വിസ്കി കഴിക്കാനായിരുന്നു അച്ഛനിഷ്ടം'' എന്ന ഭാഗമെത്തുമ്പോൾ ''അതു വേണ്ടാട്ടോ, അച്ഛാ'' എന്നു പറയാൻ എന്റെ പുത്രിമാർ മറക്കാറില്ല.)

തലയുയർത്തിനിന്ന് വലതുകയ്യിൽ തോക്കേന്തി, വിശുദ്ധപുസ്തക ത്തിൽ തൊട്ട് അച്ഛൻ പറഞ്ഞത് പൊരുതാനാണ്, അമ്മയെയും അനുജത്തിയെയും സംരക്ഷിക്കണമെന്നാണ്, ഒരിക്കലും കരയരു തെന്നാണ്.

He said take care of your mother
Watch out for your sister
Oh, and that's when he gave to me
With his gun, with his head held high
He told me not to cry
Oh, my daddy said, shoot
Oh, my daddy said, shoot
With his right hand on his rifle
He swore it on the Bible
My daddy said, shoot

മധുസൂദനൻ നായരുടെ കവിതയിൽ പറയുമ്പോലെ ''വിൺ പൊക്കത്തിലെന്നെയെടുത്തുയർത്തും വമ്പ്'' ആ അച്ഛനുമുണ്ട്. പക്ഷേ, ഒരു സംരക്ഷകന്റെ വേഷമണിയാൻ അദ്ദേഹം തയ്യാറല്ല. മകളെ തന്റെ വലിയ ചിറകുകൾക്കടിയിൽ ചേർത്തുനിർത്തി അവൾക്കു വേണ്ടി പൊരുതാനല്ല, അച്ഛൻ ശ്രമിക്കുന്നത്. തോക്കു കയ്യിലേന്തി സ്വയം പൊരുതാൻ അവളെ പ്രേരിപ്പിക്കുകയാണ്. ഗാനത്തിന്റെ അന്ത്യഭാഗത്തെത്തുമ്പോൾ ബിയോൺസെ അച്ഛൻ പകർന്ന ഏറ്റവും പ്രധാനപ്പെട്ട പാഠം ഓർക്കുന്നു.

He told me when he's gone
Here's what you do
When trouble comes to town
And men like me come around
Oh, my daddy said, shoot
Oh, my daddy said, shoot

ഒടുങ്ങാത്ത ശക്തിസ്രോതസ്സായി അച്ഛൻ എപ്പോഴും ഉണ്ടാകണ മെന്നില്ല. ''എപ്പോൾ വേണമെങ്കിലും കലാപം പൊട്ടിപ്പുറപ്പെടാവുന്ന ഈ പട്ടണത്തിൽ എന്റെ മരണശേഷം നീ ഒറ്റപ്പെട്ടുപോയേക്കാം. എന്നെപ്പോലെ കുഴപ്പക്കാരായ പുരുഷന്മാർ ഇവിടെ അഴിഞ്ഞാടി യേക്കാം. അപ്പോൾ നീ പൊരുതിനിൽക്കണം.'' രൂക്ഷമായ പരിഹാസ മാണ് ബിയോൺസെ ഈ വരികളിൽ ഒളിപ്പിക്കുന്നത്. അമേരിക്ക യിലെ കറുത്ത വർഗ്ഗക്കാരികൾ വെള്ളക്കാരായ പുരുഷന്മാരിൽ

നിന്നു മാത്രമല്ല ശാരീരികവും മാനസികവുമായ ആക്രമണം നേരിടുന്നതെന്നും സ്വന്തം ഗോത്രത്തിൽപ്പെട്ട ആണുങ്ങൾ തന്നെ അവരെ പീഡിപ്പിക്കുന്നുണ്ടെന്നുമുള്ള സൂചന ഈ വാക്കുകളിലുണ്ട്. 'എന്നെപ്പോലുള്ള ആണുങ്ങളെ നീ കരുതിയിരിക്കണം' എന്ന് അച്ഛനെക്കൊണ്ടു പറയിക്കുമ്പോൾ ബിയോൺസെയുടെ ശ്യാമസ്വത്വം കൂടുതൽ പ്രകാശിതമാകുകയാണ്.

ഒടുവിൽ, തന്റെ പാട്ടുകേട്ടിരിക്കുന്ന എല്ലാ ആണുങ്ങളോടും ബിയോൺസെ പറയുന്നു:

My daddy warned me about men like you
He said baby girl he's playing you
He's playing you
My daddy warned me about men like you
He said baby girl he's playing you
He's playing you

നിങ്ങളെപ്പോലുള്ള ആണുങ്ങളെ സൂക്ഷിക്കണമെന്നാണ് എന്റെ അച്ഛൻ പറഞ്ഞത്. "എന്റെ കുഞ്ഞുമകളേ... അയാൾ നിന്നെ പറ്റിക്കും." എല്ലാത്തരം വഞ്ചനകളെക്കുറിച്ചും ലെമനേഡ് എന്ന ആൽബത്തിൽ ബിയോൺസ് പ്രതിപാദിക്കുന്നുണ്ട്. സ്ത്രീകളെ വൈകാരികമായി വഞ്ചിക്കുന്ന ആഫ്രോ-അമേരിക്കൻ പുരുഷന്മാരുടെ സഹജസ്വഭാവത്തെ പരിഹസിക്കാനുള്ള ഒരവസരവും ബിയോൺസെ പാഴാക്കിയിട്ടില്ല. അക്കൂട്ടത്തിൽ ബിയോൺസെയുടെ അച്ഛൻ മാത്യു നോൾസ് മാത്രമല്ല, വിശ്രുത സംഗീതകാരനായ ഭർത്താവ് ജെയ്സിയും (Jay Z) ഉൾപ്പെടും.

അഭിമാനം സംരക്ഷിക്കാൻ വേണ്ടി തോക്കെടുക്കണമെന്നു പഠിപ്പിച്ച അച്ഛനെ ഒരു കലാകാരിയുടെ സർഗ്ഗാത്മകതയുടെ അപരിമേയമായ സ്വാതന്ത്ര്യത്തോടെ ഓർത്തെടുക്കുമ്പോൾ, വലിയൊരു കഥാർസിസിന്റെ - വികാരവിരേചനത്തിന്റെ - നീറുന്ന വഴികളിലൂടെ കടന്നുപോകുന്നുണ്ട് ഈ ഗായിക. അത് തീർച്ചയായും ഒരു സമരസപ്പെടലല്ല. സംഗീതത്തിന്റെ രാഷ്ട്രീയത്തിലൂടെയുള്ള ഒരു ശ്യാമഗായികയുടെ പരിപക്വമായ സാമൂഹ്യവിമർശനമാണ്.

■

സമയനദിയുടെ കരയിലിരുന്ന് സന്ധ്യ പാടുന്നു: ലഗ് ജാ ഗലേ

Even as we speak, envious time flies past. Harvest the day and leave as little as possible for tomorrow

-Horace, Ode XI

മഴ കോരിച്ചൊരിയുന്ന രാത്രി. വീട്ടിലേക്കു കാറോടിക്കുകയാണ് ഡോക്റ്റർ ആനന്ദ്. വഴിയരികിൽ വെളുത്ത സാരിയുടുത്ത് മഴ നനഞ്ഞു നിൽക്കുന്ന സുന്ദരിയെക്കണ്ട് അദ്ദേഹം കാർ നിർത്തി. ‘‘ആരാണ് നീ?’’ എന്ന ചോദ്യത്തിന് ‘‘ആരുമല്ല’’ എന്നും ‘‘എവിടെ പോകുന്നു?’’ എന്നു ചോദിക്കുമ്പോൾ ‘‘എവിടേക്കുമല്ല’’ എന്നും അവൾ മറുപടി പറയുന്നു.

അടിമുടി നിഗൂഢത നിറഞ്ഞ ഒരു പ്രേതസിനിമയുടെ ലക്ഷണമൊത്ത തുടക്കം.

രാജ് ഖോസ്‌ലയുടെ സംവിധാനത്തിൽ 1964 ൽ പുറത്തുവന്ന വോ കോൻ ഥീ? (അവൾ ആരായിരുന്നു?) എന്ന സിനിമ ഇങ്ങനെ ആരംഭിക്കുന്നു.

‘‘ചോദ്യങ്ങളൊന്നും പാടില്ല’’ എന്ന വ്യവസ്ഥയിൽ ആനന്ദിനോടൊപ്പം യുവതി കാറിൽ കയറുന്നു. കാറിന്റെ വാതിലടയുന്നതോടെ അതുവരെ പ്രവർത്തിച്ചിരുന്ന വൈപ്പറുകൾ പൊടുന്നനെ നിശ്ചലമാകുന്നു. കൊടുംമഴയത്ത് അവൾ കൃത്യമായി പറഞ്ഞുകൊടുത്ത വഴികളിലൂടെ ഡോക്റ്റർ കാറോടിക്കുന്നു. ഒരു ശ്മശാനത്തിനു മുന്നിലെത്തുമ്പോൾ അവൾ കാർ നിർത്താനാവശ്യപ്പെടുന്നു. ശ്മാശാനത്തിന്റെ കവാടം അവൾക്കു മുന്നിൽ താനേ തുറക്കുന്നു. രാത്രിയുടെ നിശ്ശബ്ദതയെ ഭേദിച്ച് നിശാചാരികളായ പക്ഷിമൃഗാദികളുടെ ശബ്ദമുയരുന്നു. അവൾ ശ്മശാനത്തിനുള്ളിലേക്കു നടന്നു മറയുമ്പോൾ ഒരു പാട്ട് കേൾക്കുന്നു.

നൈനാ ബർസേ രിംഝിം രിംഝിം
പിയാ തേരേ ആവന് കീ ആസ്

(പ്രിയനേ, നീ മടങ്ങിവരുന്നതും കാത്ത് എന്റെ മിഴികൾ കണ്ണീർ പൊഴിക്കുന്നു..)

ലതാ മങ്കേഷ്കറുടെ പ്രസിദ്ധമായ പ്രേതഗാനങ്ങളിലൊന്നാണിത്. മഹൽ (1949) എന്ന ചിത്രത്തിലെ ആയേഗാ ആനേവാലാ, മേരാ സായാ (1966) യിലെ തൂ ജഹാം ജഹാം ചലേഗാ, ബീസ് സാൽ ബാദ് (1962) എന്ന ചിത്രത്തിലെ കഹീം ദീപ് ജലേ കഹീ ദിൽ, ഗുംനാമിലെ (1965) ഗുംനാം ഹേ കോയി തുടങ്ങി ആസ്വാദകരെ ഒഴിയാബാധ പോലെ പിന്തുടരുന്ന പാട്ടുകൾ വേറെയുമുണ്ട്. പ്രേതങ്ങൾക്കു വേണ്ടിയാണ് താനേറെയും പാടിയതെന്ന് എൺപതാം പിറന്നാൾ ദിനത്തിൽ ലതാ മങ്കേഷ്കർ തമാശയായി പറയുകയുണ്ടായി. (''മേ നേ സബ്സേ സ്യാദാ ഗാനാ ഗായേ ഹേ ഭൂതോം കേ.'')

രാജാ മെഹ്ദി അലി ഖാൻ രചിച്ച് വിഖ്യാത സംഗീതകാരൻ മദൻ മോഹൻ ഈണമിട്ട ആറു പാട്ടുകളാണ് വോ കോൻ ഥീ യിലുള്ളത്. മൂന്നു പാട്ടുകൾ ലതാ മങ്കേഷ്കറുടെ ശബ്ദത്തിലാണ്. മഹേന്ദ്ര കപൂറുമായി ചേർന്ന് ലത പാടിയ ഒരു യുഗ്മഗാനവുമുണ്ട്. ആശാ ഭോൻസ്ലേ തനിച്ചു പാടിയ പാട്ടും മുഹമ്മദ് റഫിയുമായി ചേർന്നുള്ള അവരുടെ യുഗ്മഗാനവും കൂടിയാകുമ്പോൾ സിനിമ സംഗീതസാന്ദ്രമായി.

'നൈനാ ബർ സേ' എന്ന ഗാനം ഷിംലയിൽ ചിത്രീകരിക്കുമ്പോൾ ലതാ മങ്കേഷ്കറുടെ ശബ്ദത്തിൽ അത് റെക്കോഡ് ചെയ്തിരുന്നില്ല. മദൻ മോഹന്റെ ശബ്ദത്തിലുള്ള ട്രാക്കിനൊപ്പിച്ച് ചുണ്ടനക്കിയാണത്രെ നായികയായ സാധന അന്ന് അഭിനയിച്ചത്.

ബ്രിട്ടീഷ് എഴുത്തുകാരൻ വിൽകി കോളിൻസിന്റെ ദ് വുമൺ ഇൻ വൈറ്റ് (1860) എന്ന കൃതിയെ ആസ്പദമാക്കിയാണ് രാജ് ഖോസ്‌ലെ ഈ സിനിമ ഒരുക്കിയത്. അതിനും അഞ്ചു വർഷം മുമ്പ് ഗുരു ദത്ത് ഇതേ കഥ റാസ് എന്ന പേരിൽ സിനിമയാക്കാൻ ശ്രമം നടത്തിയിരുന്നു. ദത്തും വഹീദാ റഹ്മാനും മുഖ്യവേഷങ്ങളിലഭിനയിക്കേണ്ടിയിരുന്ന ആ സിനിമ പാതിവഴിയിൽ ഉപേക്ഷിക്കുകയായിരുന്നു. അങ്ങനെ സംഭവിച്ചില്ലായിരുന്നെങ്കിൽ ആർ.ഡി. ബർമ്മൻ സ്വതന്ത്ര സംഗീതസംവിധായകനാകുന്ന ആദ്യ സിനിമയാകുമായിരുന്നു അത്.

ഏതായാലും പ്രേക്ഷകന്റെ യുക്തിബോധത്തെ വെല്ലുവിളിക്കുന്ന കഥാതന്തുവുമായി വോ കോൻ ഥി? മുന്നോട്ടു പോകുന്നു. ഡോക്റ്റർ

ആനന്ദിന്റെ പ്രതിശ്രുതവധു ദുരൂഹസാഹചര്യത്തിൽ മരിക്കുന്നു. പിന്നീട് അമ്മയുടെ നിർബ്ബന്ധത്തിനു വഴങ്ങി അദ്ദേഹം വിവാഹം കഴിക്കുന്ന പെൺകുട്ടിക്ക്, അന്ന് ശ്മശാനത്തിലേക്ക് നടന്നുപോയ യുവതിയുടെ അതേ ഛായ! സന്ധ്യ എന്നാണ് അവളുടെ പേര്. ആനന്ദിനെ മാനസികരോഗിയായി ചിത്രീകരിക്കാനും അദ്ദേഹത്തിന് ഒരു ബന്ധുവിൽ നിന്ന് അവകാശമായി ലഭിച്ച സ്വത്ത് കൈക്കലാക്കാനുമായി ആസൂത്രണം ചെയ്യപ്പെട്ട രഹസ്യപദ്ധതിയുടെ ഭാഗമായാണ് സന്ധ്യ അയാളുടെ മുന്നിൽ പ്രത്യക്ഷപ്പെട്ടതെന്ന് പിന്നീട് തെളിയുന്നു. യാഥാർത്ഥ്യത്തിനും മായക്കാഴ്ചകൾക്കുമിടയിൽ ഡോക്റ്റർ ആനന്ദിന് ജീവിതം തന്നെ പലപ്പോഴും ഒരു പേടിസ്വപ്നം പോലെ അനുഭവപ്പെടുന്ന നിമിഷങ്ങളുണ്ട്. വലിയൊരു ചതിക്കുഴിക്കു മുകളിൽ കെട്ടിയുയർത്തിയ ഈ വിവാഹബന്ധത്തിന്റെ ചീട്ടുകൊട്ടാരം ഏതു നിമിഷവും തകർന്നു വീഴുമെന്നറിയാവുന്ന സന്ധ്യ ആനന്ദിനെ ഒരു രാത്രിയിൽ ആളൊഴിഞ്ഞ ഒരിടത്തേക്കു കൂട്ടിക്കൊണ്ടു പോകുന്നു. കാണെക്കാണെ നമ്മെ കടന്നു പോകുന്ന സമയനദിയുടെ കരയിലിരുന്നിട്ടെന്നോണം സന്ധ്യ പാടുന്നു:

ലഗ് ജാ ഗലേ കി ഫിർ യെ ഹസീ രാത് ഹോ ന ഹോ
ശായദ് ഫിർ ഇസ് ജനം മേ മുലാകാത് ഹോ ന ഹോ

(എന്നെ പുണർന്നു കൊള്ളൂ.. ഇങ്ങനെയൊരു സുന്ദര സായന്തനം ഇനിയുണ്ടായെന്നു വരില്ല. ഈ ജന്മത്തിൽ ഇനി നമ്മൾ കണ്ടുമുട്ടിയെന്നും വരില്ല.)

അന്നു തൊട്ടിന്നോളം ഒരുപാടു തലമുറകളിൽ അനുരാഗത്തിന്റെ മധുരനൊമ്പരമുണർത്തി അര നൂറ്റാണ്ടിലേറെയായി നിലനിൽക്കുന്ന ഈ അനശ്വരപ്രണയഗാനത്തിന് അതുൾപ്പെട്ട സിനിമയുടെ പിൻബലം ആവശ്യമില്ല. ജീവിക്കുന്ന ഓരോ നിമിഷവും എത്രമാത്രം വിലപ്പെട്ടതാണെന്ന് ഈ ഗാനം പ്രണയികളെ ഓർമ്മിപ്പിക്കുന്നു.

ഹം കോ മിലീ ഹെ ആജ് യെ ഘഡിയാം നസീബ് സേ
ജീ ഭർ കേ ദേഖ് ലീജിയെ ഹം കോ കരീബ് സേ
ഫിർ ആപ് കേ നസീബ് മേ യേ ബാത് ഹോ ന ഹോ
ശായദ് ഫിർ ഇസ് ജനം മേ മുലാകാത് ഹോ ന ഹോ

(വിധിയുടെ സമ്മാനം പോലെ വീണുകിട്ടിയതാണ് ഈ നിമിഷങ്ങൾ. മതിയാവോളം എന്നെ നോക്കിനിൽക്കൂ. ഇനി ഇങ്ങനെ ഒരവസരം കിട്ടിയെന്നു വരില്ല. ഈ ജന്മം ഇനി കണ്ടുമുട്ടണമെന്നുമില്ല.)

ഇന്ന് ലോകമെമ്പാടുമുള്ള സംഗീതപ്രേമികൾ ആഘോഷിക്കുന്ന ഈ ഗാനം സിനിമയിൽ ഉൾപ്പെടുത്തേണ്ടതില്ല എന്നായിരുന്നു

സംവിധായകൻ രാജ് ഖോസ്‌ലയുടെ ആദ്യ തീരുമാനം. വലിയ സങ്കടത്തോടെ സംഗീതസംവിധായകൻ മദൻ മോഹൻ നായകവേഷം അഭിനയിച്ച മനോജ് കുമാറിനോട് പരാതിപ്പെട്ടു. ഖോസ്‌ലയെ മനോജ് കുമാർ നിർബ്ബന്ധപൂർവ്വം ഒരിക്കൽക്കൂടി പാട്ടു കേൾപ്പിച്ചു. പാട്ടു തീർന്നതോടെ ഖോസ്‌ല മുറിക്കു പുറത്തിറങ്ങി തന്റെ ചെരിപ്പുകൾ എടുത്തുകൊണ്ടു വന്നു. എന്നിട്ട് പശ്ചാത്താപവിവശനായി ചെരിപ്പുകൾ കൊണ്ട് സ്വയം അടിക്കാൻ തുടങ്ങി. മനോജ് കുമാർ ഒരിക്കൽ ഒരഭിമുഖത്തിൽ ഓർമ്മിച്ചതാണിക്കാര്യം. അങ്ങനെയൊരു രണ്ടാം കേൾവിയുണ്ടായിരുന്നില്ലെങ്കിൽ ഒരു പക്ഷേ വിസ്മൃതിയിലായേനേ, ആദ്യശ്രവണത്തിൽത്തന്നെ ആരെയും വശീകരിക്കുന്ന ഈ പ്രിയഗാനം.

പാസ് ആയിയേ കി ഹം നഹീ ആയേംഗെ ബാർ ബാർ
ബാഹേം ഗലേ മേ ഡാല് കേ ഹം രോംഗെ സാര് സാർ
ആംഖോം മേ ഫിർ യെ പ്യാര് കേ ബർസാത് ഹോ ന ഹോ

(എന്നോടു ചേർന്നു നിൽക്കൂ. വീണ്ടും വീണ്ടും വരാൻ എനിക്കായെന്നു വരില്ല. നിന്റെ കഴുത്തിൽ കൈ ചുറ്റിപ്പുണർന്ന് ഞാൻ ഏങ്ങിയേങ്ങി കരയട്ടെ. എന്റെ മിഴികൾ ഇനിയിങ്ങനെ കണ്ണീർമഴ ചൊരിഞ്ഞെന്നിരിക്കില്ല.)

വോ കോൻ ഥീ യുടെ വിജയത്തെത്തുടർന്ന് സാധനയെത്തന്നെ നായികയാക്കി സമാനസ്വഭാവമുള്ള പ്രമേയങ്ങളോടെ മേരാ സായാ (1966), അനിത (1967) എന്നീ സിനിമകൾ കൂടി ഖോസ്‌ല സംവിധാനം ചെയ്തു. (മേരാ സായാ എന്ന സിനിമയിലെ പാട്ടുകളെക്കുറിച്ചാണ് അടുത്ത അദ്ധ്യായം.) സാധനയെ സിനിമാലോകം ആരാധനാപൂർവ്വം 'മിസ്റ്ററി ഗേൾ' എന്നു വിളിക്കാനും തുടങ്ങി.

പിൽക്കാലത്ത് പല ഭാഷകളിൽ ഈ സിനിമ പുനർജ്ജനിച്ചു. തമിഴിൽ 'യാർ നീ?' എന്ന പേരിലുള്ള ആവിഷ്കാരത്തിൽ സാക്ഷാൽ ജയലളിതയും തെന്നിന്ത്യൻ ജെയിംസ് ബോണ്ട് എന്നറിയപ്പെടുന്ന ജയശങ്കറുമാണ് മുഖ്യവേഷങ്ങളിൽ പ്രത്യക്ഷപ്പെട്ടത്. ലഗ് ജാ ഗലേ എന്ന ഗാനം വോ കോൻ ഥീ യുടെ ചുവടുപിടിച്ച് ഏതാണ്ട് അതേ ഫ്രെയ്മുകളിൽത്തന്നെ തമിഴിലും ചിത്രീകരിച്ചു. കണ്ണദാസന്റെ വരികൾ. പി സുശീലയുടെ വശ്യമധുരമായ ആലാപനം.

''പൊൻ മേനി തഴുവാമൽ
പെൺ ഇൻപം അറിയാമൽ
പോക വേണ്ടുമാ..
കണ്ണോടു കൺ ചേര
ഉന്നോടു നാൻ ചേര തോതു വേണ്ടുമാ.''

ലഗ് ജാ ഗലേ പിന്നീട് എത്രയോ ഗായകർ സ്വന്തം ശൈലികളിൽ പുനരവതരിപ്പിച്ചു. ശ്രേയാ ഘോശാലും സനം പുരിയും നമ്മുടെ സ്വന്തം ശ്വേതാ മോഹനും അടക്കമുള്ള ഇൻഡ്യൻ പാട്ടുകാരും ബ്രിട്ടീഷ് ഗായകൻ ബ്രയൻ റയാനും നിരവധി പാകിസ്ഥാനി ഗായകരും ഈ ഗാനം പലകുറി പാടിയിട്ടുണ്ട്. ലതാ മങ്കേഷ്കർ തന്റെ സംഗീതജീവിതത്തിന്റെ അറുപതാം വാർഷികം ആഘോഷിച്ചപ്പോൾ ഏറ്റവും പ്രിയപ്പെട്ട ആറു ഗാനങ്ങളിലൊന്നായി ലഗ് ജാ ഗലേ തെരഞ്ഞെടുക്കുകയുണ്ടായി. 2014 ൽ ഈ ഗാനത്തിന് അരനൂറ്റാണ്ടു പ്രായം തികഞ്ഞപ്പോൾ ലത ട്വിറ്ററിൽ എഴുതി: ‘‘ഐസാ മധുര് ഗീത് ആജ് ഭീ പുരാനാ നഹീ ഹോതാ..’’

പ്രിയഗായികേ... വർഷങ്ങൾ കടന്നു പോകുന്തോറും പുതുമയേറുകയാണ്, അന്നു നീ ഞങ്ങൾക്കു പകർന്ന സ്വരമാധുരിക്ക്.

■

നിന്നോടൊപ്പം വരുന്ന എന്റെ നിഴൽ

പ്രേക്ഷകന്റെ യുക്തിബോധത്തിന് ഒരു വിലയും കല്പിക്കാത്ത ചില സിനിമകൾ അവിശ്വസനീയമായ ജനപ്രീതി നേടാറുണ്ട്. ഇൻഡ്യൻ സിനിമയിൽ അതൊരു പുതിയ കാര്യമൊന്നുമല്ല. ഒരു ഡസനിലേറെ പാട്ടുകളും അതിനൊപ്പം നൃത്തരംഗങ്ങളും സംഘട്ടനങ്ങളുമൊക്കെയായി തിയറ്ററുകളെ ഇളക്കിമറിച്ച എത്രയോ സിനിമകൾ ചരിത്രത്തിന്റെ ഭാഗമാണ്. രാജ് ഖോസ്‌ലയുടെ സംവിധാനത്തിൽ സുനിൽ ദത്തും സാധനയും മുഖ്യവേഷങ്ങളിലഭിനയിച്ച മേരാ സായാ (1966) യുക്തിബോധങ്ങൾക്കുമപ്പുറം ഇൻഡ്യൻ സിനിമാപ്രേമികളുടെ മനസ്സിൽ ആഴത്തിൽ പതിഞ്ഞ അത്തരമൊരു ചലച്ചിത്രാനുഭവമാണ്. അസാധാരണമാം വിധം ഉദ്വേഗഭരിതവും ചടുലവുമാണ് അതിന്റെ വിചിത്രമായ പ്രമേയം.

ധനികനും യുവാവുമായ രാകേഷ് സിങ് എന്ന അഭിഭാഷകന്റെ (സുനിൽ ദത്ത്) ഭാര്യ ഗീത (സാധന) മരിക്കുന്നു. ഏതാനും ദിവസങ്ങൾക്കു ശേഷം ഗീതയുടെ അതേ ഛായയിലുള്ള റെയ്ന എന്ന യുവതിയെ ഒരു കൊള്ളസംഘവുമായുള്ള ഏറ്റുമുട്ടലിനിടെ പൊലീസ് അറസ്റ്റു ചെയ്യുന്നു. താൻ കൊള്ളക്കാരിയല്ലെന്നും രാകേഷിന്റെ ഭാര്യ ഗീതയാണെന്നും അവൾ അവകാശപ്പെടുന്നു. റെയ്നയുടെ അവകാശവാദവും രാകേഷിന്റെ നിഷേധവും ഒരു നീണ്ട നിയമയുദ്ധത്തിലേക്കു വഴി തുറക്കുന്നു.

ഒരു ''കോടതിനാടക''ത്തിന്റെ രൂപഭാവങ്ങളിൽ തികഞ്ഞ പിരിമുറുക്കത്തോടെ മുന്നോട്ടുപോകുന്ന മേരാ സായാ (എന്റെ നിഴൽ) ഇന്ന് സിനിമാപ്രേമികൾ ഓർത്തിരിക്കുന്നത് ഒരുപക്ഷേ മദൻ മോഹന്റെ സംഗീതസംവിധാനത്തിൽ ലതാ മങ്കേഷ്കർ ആലപിച്ച ഒരു മനോഹരഗാനത്തിന്റെ പേരിലായിരിക്കും.

തൂ ജഹാം ജഹാം ചലേഗാ,
മേരാ സായാ സാഥ് ഹോഗാ..
മേരാ സായാ.. മേരാ സായാ.. മേരാ സായാ..

കാമുകനെ എവിടെയും ഒരു നിഴൽ പോലെ പിന്തുടരുന്ന കാമുകിയുടെ അദൃശ്യസാന്നിദ്ധ്യമാണ് ആ പാട്ടിലുടനീളമുള്ളത്. ഭഗ്നപ്രണയത്തിന്റെ വേദനയിൽ ജീവൻ വെടിഞ്ഞ ഏതോ പ്രണയിനിയുടെ നൊമ്പരമാണിതെന്ന് സിനിമ കണ്ടിട്ടില്ലാത്തവർക്ക് തോന്നിയേക്കാം. ആദ്യത്തെ ഏതാനും മിനിറ്റുകൾക്കകം തന്നെ ഗീതയുടെ അപ്രതീക്ഷിതവിയോഗം അവതരിപ്പിക്കുന്ന സംവിധായകൻ ടൈറ്റിൽ കാർഡുകൾ തെളിയും മുമ്പേ വിഷാദമധുരമായ ഈ പാട്ടിന്റെ ആദ്യവരികൾ ഒരശരീരിയായി സന്നിവേശിപ്പിക്കുന്നു. ഗീതയുടെ സ്മൃതികുടീരത്തിനരികിലിരുന്ന് വിവാഹ ആൽബം മറിച്ചു നോക്കുമ്പോഴാണ്, ആഹ്ലാദമെന്നോ വിഷാദമെന്നോ വേർതിരിച്ചറിയാനാകാത്ത ഭാവത്തിൽ സൃഷ്ടിക്കപ്പെട്ട ഗാനം രാകേഷ് കേൾക്കുന്നത്. ''മേരാ സായാ'' എന്ന് ഓരോ തവണ ആവർത്തിക്കുമ്പോഴും ഗീത എന്ന കഥാപാത്രം പ്രേക്ഷകർക്കുള്ളിൽ ഒരു നിഗൂഢസാന്നിദ്ധ്യമായി വളരുന്നു. സാധനയെ നായികയാക്കി രാജ് ഖോസ്‌ല സംവിധാനം ചെയ്ത സസ്പെൻസ് ത്രില്ലർ ത്രയത്തിലെ രണ്ടാമത്തെ സിനിമയാണ് മേരാ സായാ. (വോ കോൻ ഥീ? (1964), അനിത (1967) എന്നിവയാണ് മറ്റു ചിത്രങ്ങൾ.) ''മിസ്റ്ററി ഗേൾ'' എന്നാണ് സാധന അറിയപ്പെട്ടിരുന്നതു തന്നെ. മദൻ മോഹനും ലതയും കവി രാജാ മെഹ്ദി അലി ഖാനും ഒന്നിച്ച നയ്നാ ബർസേ, ലഗ് ജാ ഗലേ എന്നീ ഗാനങ്ങൾ വോ കോൻ ഥീ യിലേതാണ്.

ഗീതയാണെന്ന് അവകാശപ്പെടുന്ന റെയ്നയുമായി കോടതിമുറിയിൽ നടത്തുന്ന ശക്തമായ വാദപ്രതിവാദങ്ങൾക്കിടയിൽ രാകേഷിനെ പിടിച്ചുലയ്ക്കുന്ന ഒരു സന്ദർഭം കടന്നു വരുന്നുണ്ട്. നിയമത്തിന്റെ പരിധിയിൽപ്പെടുന്ന തെളിവുകൾക്കുമപ്പുറമുള്ള വൈകാരികമായ ഒരടുപ്പം അദ്ദേഹത്തിന് ആ സ്ത്രീയോടു തോന്നിപ്പോകുന്ന നിമിഷം. തന്റെ കൈകളിൽക്കിടന്നാണ് ഗീത ജീവൻ വെടിഞ്ഞതെന്ന യാഥാർത്ഥ്യത്തിനും കോടതിമുറിയിൽ അവളുടെ തനിപ്പകർപ്പായി മുന്നിൽ നിൽക്കുന്ന സ്ത്രീക്കുമിടയിൽ രാകേഷ് പതറുന്നു. പ്രതിക്കൂട്ടിൽ നിൽക്കുന്ന യുവതി ഗീതയല്ലെന്നു സ്ഥാപിക്കണമെന്ന വാശിയുള്ളതുകൊണ്ട് അവളുടെ മുഖത്തു നോക്കുക പോലും ചെയ്യാതെയാണ് രാകേഷ് വാദമുഖങ്ങളുന്നയിക്കുന്നത്. അപ്പോൾ അവൾ അയാളോടു ചോദിക്കുന്നുണ്ട്: ''സത്യസന്ധതയോടെ എന്റെ മുഖത്തേയ്ക്കു നോക്കൂ. നിങ്ങളുടെ ഓർമ്മകളിലാകെ നിറഞ്ഞു നിൽക്കുന്ന ആ സ്ത്രീ ഞാൻ തന്നെയല്ലേ?''

പിന്നീട് വിശാലമായ തന്റെ രാജകീയ ഹർമ്മ്യത്തിൽ ഒറ്റയ്ക്കിരിക്കുമ്പോൾ വീണ്ടും ഗീതയുടെ ഓർമ്മകൾ രാകേഷിനെ വേട്ടയാടുന്നു; ഒടുങ്ങാത്ത നൊമ്പരമായി ആ ഗാനവും.

തൂ അഗർ ഉദാസ് ഹോഗാ തോ ഉദാസ് ഹൂംഗി മേം ഭീ
നസർ ആവൂം യാ ന ആവൂം തേരേ പാസ് ഹൂംഗി മേം ഭീ
തൂ കഹീം ഭി ജാ രഹേംഗേ മേരാ സായാ സാഥ് ഹോഗാ

(നിന്റെ ദുഃഖനിമിഷങ്ങളിൽ ഞാൻ പങ്കുചേരും. എന്നെ നീ കാണുന്നുണ്ടാകില്ല. പക്ഷേ ഞാൻ അരികിൽത്തന്നെ ഉണ്ടാകും. എവിടെപ്പോയാലും എന്റെ നിഴൽ നിന്നെ പിന്തുടരും.)

ഒരു തവണ കൂടി ഈ ഗാനം പൂർണ്ണമായിത്തന്നെ സിനിമയിൽ ഉൾപ്പെടുത്തിയിട്ടുണ്ട്. മുൻപെങ്ങോ ഗീതയുടെ ശബ്ദത്തിൽ റെക്കോഡ് ചെയ്തു വച്ച ഈ പാട്ട് രാകേഷ് വീണ്ടും കേൾക്കുകയാണ്. ഒരു ചലച്ചിത്രഗാനത്തിന്റെ റെക്കോഡിലാണ് രാകേഷ് ഭാര്യയുടെ ശബ്ദം ആലേഖനം ചെയ്തിരുന്നത്. അതുകൊണ്ട് റെക്കോഡിൽ നേരത്തേയുണ്ടായിരുന്ന പാട്ടിന്റെ ആദ്യഭാഗത്തിനു ശേഷമാണ് ഗീതയുടെ ശബ്ദം കേൾക്കുന്നത്. സൻജോഗ് (1961) എന്ന ചിത്രത്തിനുവേണ്ടി മദൻമോഹൻ ഈണമിട്ട് ലതാ മങ്കേഷ്കർ പാടിയ വൊ ഭൂലീ ദാസ്താ എന്ന പ്രസിദ്ധമായ ഗാനമാണ് റെക്കോഡിൽ നേരത്തേയുണ്ടായിരുന്നത്. ഇവിടെ കാണിച്ച യഥാതഥബോധം തുടർന്നങ്ങോട്ടുള്ള ഗാനചിത്രീകരണത്തിൽ സംവിധായകൻ പുലർത്തുന്നില്ലെന്നതാണ് യാഥാർത്ഥ്യം.

ഫ്ളാഷ് ബാക്കിലൂടെ പാട്ട് പുരോഗമിക്കുമ്പോൾ ഗീതയുടെ ആലാപനത്തെ പിയാനോയിൽ അനുഗമിക്കുകയാണ് രാകേഷ്. തബലയുടെ താളമേളവും അനേകം വയലിനുകളുടെ സ്വരമേളനവും സൗണ്ട് ട്രാക്കിൽ നിറയുമ്പോൾ പിയാനോ വായിച്ചുകൊണ്ടിരിക്കുന്ന തിരശ്ശീലയിലെ സുനിൽ ദത്ത് ചിലപ്പോഴെങ്കിലും ഒരു തമാശക്കാഴ്ചയാകുന്നുണ്ട്. പോപ്പുലർ സിനിമ അത്തരം സൂക്ഷ്മവിശദാംശങ്ങൾക്ക് പ്രാധാന്യം കൊടുക്കാറില്ല. പ്രേക്ഷകർ അതൊന്നും ശ്രദ്ധിക്കാറുമില്ല. അല്ലെങ്കിൽത്തന്നെ നിഗൂഢ വശ്യതയോടെ നിറഞ്ഞാടുന്ന സാധനയുടെ പ്രകടനം അത്തരം ന്യൂനതകളെ നിസ്സാരമാക്കുന്നുണ്ടു താനും. ഝുംകാ ഗിരാ രേ, നയ്നോം മേ ബദ്രാ തുടങ്ങിയ മറക്കാനാകാത്ത പാട്ടുകളും ഈ സിനിമയിലേതാണ്.

ഞാൻ പിരിഞ്ഞുപോകിലും എന്റെ പ്രണയമോർത്ത് കണ്ണീരൊഴുക്കരുതെന്നും തിരിഞ്ഞു നോക്കുമ്പോൾ എന്റെ നിഴൽ നിനക്കു പിറകിലുണ്ടാകുമെന്നും രാജാ മെഹ്ദി അലി ഖാൻ എഴുതുന്നുണ്ട്.

മേ അഗർ ബിഛഡ് ഭി ജാവൂം കഭീ മേരാ ഗം ന കർനാ
മേരാ പ്യാര് യാദ് കർകേ കഭീ ആംഖ് നം നാ കർനാ
തൂ ജോ മുഡ് കേ ദേഖ് ലേഗാ, മേരാ സായാ സാഥ് ഹോഗാ..

പ്രണയത്തിന്റെ മധുരമുള്ള വേദനയിൽ ഉറങ്ങിയുണർന്ന രാപ്പകലുകൾ എല്ലാവർക്കും ഓർക്കാനുണ്ടാകുമല്ലോ. എവിടെപ്പോയാലും എന്റെ നിഴൽ കൂടെയുണ്ടാകും എന്നോർമ്മിപ്പിക്കുന്ന ഈ പാട്ട് ആദ്യം കേട്ടത് അക്കാലത്താണ്. അങ്ങനെ പറയാനാഗ്രഹിച്ച കൂട്ടുകാരിയുടെ ശബ്ദത്തിൽ ആ പാട്ട് രേഖപ്പെടുത്തിയ ഒരു കാസറ്റ് ഇവിടെയെവിടെയോ ഉണ്ട്. ഇനി ആ കാസറ്റ് കണ്ടെടുക്കാനായില്ലെങ്കിൽപ്പോലും അവൾ കൂടെത്തന്നെയുണ്ട്. നിഴൽ പോലെ കൂടെയുള്ള ഈ അനശ്വരഗാനം എല്ലാ പ്രണയകാലങ്ങൾക്കുമായി സമർപ്പിക്കുന്നു.

■

പാട്ടിന്റെ രജനീഗന്ധികൾ

ഹിന്ദി സിനിമയുടെ സുവർണ്ണകാലമായിരുന്നു ആയിരത്തിത്തൊള്ളായിരത്തി എഴുപതുകൾ. അമ്പരപ്പിക്കുന്ന വൈവിദ്ധ്യമുള്ള സിനിമകൾ നിർമ്മിക്കപ്പെട്ട പതിറ്റാണ്ട്. ഷോലെ പോലുള്ള സാങ്കേതികാത്ഭുതങ്ങൾക്കും രാജേഷ് ഖന്നയുടെ വൻ ഹിറ്റുകൾക്കും അമിതാഭ് ബച്ചന്റെ ക്ഷുഭിതയൗവ്വനം കൊണ്ടാടിയ തട്ടുപൊളിപ്പൻ ചിത്രങ്ങൾക്കുമൊപ്പം നഗരപശ്ചാത്തലത്തിൽ സാധാരണക്കാരുടെ ലളിതജീവിതങ്ങളെയും വ്യക്തിബന്ധങ്ങളെയും വൈകാരികസംഘർഷങ്ങളെയും പ്രമേയമാക്കി മദ്ധ്യവർത്തി സിനിമകളും പുറത്തുവന്നുകൊണ്ടിരുന്നു. നാടകീയത തെല്ലുമില്ലാതെ ഏറ്റവും സ്വാഭാവികമായ ചലച്ചിത്രഭാഷയിൽ രചിക്കപ്പെട്ട അത്തരം സൃഷ്ടികൾ ഇൻഡ്യൻ പ്രേക്ഷകരുടെ പൊതുവായ ആസ്വാദനനിലവാരത്തിൽ ചെറുതല്ലാത്ത സ്വാധീനം ചെലുത്തിയിട്ടുണ്ട്. ഗുൽസാർ, ഹൃഷികേശ് മുഖർജി, ബസു ചാറ്റർജി തുടങ്ങിയവരായിരുന്നു ഇത്തരം സിനിമകളുടെ സ്രഷ്ടാക്കളിൽ പ്രമുഖർ. ജനപ്രിയസിനിമയുടെ സമവാക്യങ്ങളെ സൗന്ദര്യാത്മകമായി തിരുത്തിയെഴുതിയ ഈ പ്രതിഭാശാലികൾക്കിടയിൽ തലയെടുപ്പോടെ നിലകൊള്ളുന്നു, ബസു ചാറ്റർജി.

രാജ് കപൂറും വഹീദ റഹ്മാനും അഭിനയിച്ച തീസ്രി കസം (1966) എന്ന ചിത്രത്തിൽ ബസു ഭട്ടാചാര്യയുടെ സംവിധാനസഹായിയായി ചലച്ചിത്രജീവിതം തുടങ്ങിയ ചാറ്റർജിയുടെ ആദ്യസംവിധാനസംരംഭം സാരാ ആകാശ് (1969) ആണ്. പിന്നീട് പിയാ കാ ഘർ, ഉസ് പാർ, ചിത് ചോർ, ഛോട്ടി സീ ബാത്, സ്വാമി, പ്രിയതമ, ദില്ലഗി, തുമാരേ ലിയേ, മൻസിൽ, ചക്രവ്യൂഹ, മൻ പസന്ദ്, അപ്നേ പരായേ തുടങ്ങി നിരവധി ചിത്രങ്ങൾ അദ്ദേഹം സംവിധാനം ചെയ്തു.

ചാറ്റർജിയുടെ മൂന്നാമത്തെ സിനിമയായ രജ്നി ഗന്ധ (1974) യിലൂടെയാണ് പിൽക്കാലത്ത് സമാന്തരസിനിമകളിലെ നിറഞ്ഞ സാന്നിദ്ധ്യമായി മാറിയ അമോൽ പലേക്കർ ഹിന്ദിയിൽ അരങ്ങേറ്റം

കുറിച്ചത്. യശശ്ശരീരയായ വിദ്യ സിൻഹയുടെ ആദ്യ നായികാവേഷവും ഈ സിനിമയിലായിരുന്നു. അക്കാലത്ത് തീരെ പ്രശസ്തനല്ലായിരുന്ന ദിനേശ് ഠാക്കൂറാണ് മറ്റൊരു പ്രധാന കഥാപാത്രത്തെ അവതരിപ്പിച്ചത്. മനു ഭണ്ഡാരിയുടെ യഹി സച് ഹേ എന്ന കഥയുടെ ചലച്ചിത്രാവിഷ്കാരമാണ് ഈ ചിത്രം. വളരെ കുറഞ്ഞ ബജറ്റിൽ ഡൽഹിയിലും മുംബൈയിലുമായി ചിത്രീകരിച്ച രജ്നി ഗന്ധ ഒരു ചെറിയ തിയറ്ററിൽ മാത്രമാണ് ആദ്യം റിലീസ് ചെയ്തത്. പക്ഷേ, സിനിമയുടെ അനുപമ ലാളിത്യം കാതോടു കാതോരം പ്രേക്ഷകരിലെത്തി. താരസാന്നിദ്ധ്യമില്ലാത്ത ആ സിനിമ വൻ സാമ്പത്തിക വിജയമായി മാറുകയും ചെയ്തു.

എക്കാലത്തെയും ഹിറ്റുകളായ ഗാനങ്ങൾ ബസു ചാറ്റർജിയുടെ സിനിമകളുടെ സവിശേഷതയാണ്. ചിത് ചോറിലെ (1976) പാട്ടുകൾ ഓർക്കുക - ഗോരി തേരാ ഗാവ് ബഡാ പ്യാരാ, ജബ് ദീപ് ജലേ ആനാ, തൂ ജോ മേരേ സുര് മേ, ആജ് സേ പഹ്‌ലേ. എഴുപതുകളിലെ ഏറ്റവും ജനപ്രിയമായ ഗാനങ്ങളിലൊന്നായിരുന്നു ഗോരി തേരാ ഗാവ്.

ഹർ പൽ ചാഹേ (ഗുഡ് ഗുഡ്ഡി), ജാനേ മൻ ജാനേ മൻ (ഛോട്ടീ സി ബാത്), ജബ് ഭി കോയി കംഗ്നാ ബോലേ (ഷൗകീൻ), കാ കരൂം സജ്നി, പൽ ഭർ മേ യേ ക്യാ ഹോ ഗയാ (സ്വാമി).. വലിയൊരു പട്ടികയാണത്.

ചഞ്ചലമായ സ്ത്രീമനസ്സിന്റെ സൂക്ഷ്മാവിഷ്കാരമാണ് രജ്നി ഗന്ധ. ഡൽഹി യൂണിവേഴ്സിറ്റിയിൽ നിന്ന് എം എ പാസ്സായതിനു ശേഷം ഗവേഷണത്തിലേർപ്പെട്ടിരിക്കുന്ന ദീപ (വിദ്യ സിൻഹ) എന്ന പെൺകുട്ടിയാണ് നായിക. എപ്പോഴും പുസ്തകങ്ങൾക്കിടയിൽ കഴിയുന്ന അവൾക്ക് സർക്കാരുദ്യോഗസ്ഥനായ സഞ്ജയുമായി (അമോൽ പലേക്കർ) പ്രണയമുണ്ട്. ഒരു പ്രൊമോഷൻ കിട്ടിയതിനു ശേഷം ദീപയെ വിവാഹം ചെയ്യാനാണ് സഞ്ജയുടെ പദ്ധതി. കാമുകന്റെ സാന്നിദ്ധ്യവും കരുതലും വല്ലാതെ കൊതിക്കുന്ന ദീപയെ പലപ്പോഴും സഞ്ജയ് നിരാശപ്പെടുത്താറുണ്ട്. വലിയ മറവിക്കാരനും വിപുലമായ സുഹൃദ്‌വലയത്തിനു നടുവിൽ ജീവിക്കുന്നയാളും ഓഫീസിലെ യൂണിയൻ നേതാവുമായ സഞ്ജയ് ഒരിക്കലും സമയം പാലിക്കാറില്ല. ഇങ്ങനെയൊക്കെയാണെങ്കിലും അയാൾ നിഷ്കളങ്കമായി ദീപയെ സ്നേഹിക്കുന്നുണ്ട്. കാണാൻ വരുമ്പോഴെല്ലാം അയാൾ ദീപയ്ക്ക് രജനീഗന്ധപുഷ്പങ്ങൾ സമ്മാനിക്കാറുണ്ട്. ആ പൂക്കളുമായി ചേർത്തു വച്ചാണ് ദീപ എപ്പോഴും സഞ്ജയിനെ ഓർക്കാറുള്ളത്.

യൂ ഹീ മഹ്കേ പ്രീത് പിയാ കീ മേരേ അനുരാഗീ മന് മേ
രജ്നീഗന്ധാ ഫൂല് തുമാരേ മഹ്കേ യൂ ഹീ ജീവന് മേ
ഹാം യൂ ഹീ മഹ്കേ പ്രീത് പിയാ കീ മേരേ അനുരാഗീ മന് മേ

നീ തരുന്ന രജനീ ഗന്ധപുഷ്പങ്ങൾ എന്റെ പ്രണയാർദ്രമായ മനസ്സിൽ സുഗന്ധം നിറയ്ക്കുന്നു.. യോഗേഷിന്റെ കവിതയ്ക്ക് ഈണം പകർന്നത് സലിൽ ചൗധരി. പാടിയത് ലത മങ്കേഷ്കർ. ഒച്ചപ്പാടുകളില്ലാതെയൊഴുകുന്ന നദിപോലെ ശാന്തമായി മുന്നോട്ടു പോകുന്ന സിനിമ സലിൽ ചൗധരിയുടെ പശ്ചാത്തലസംഗീതത്തിന്റെ ഗരിമയിൽ കൂടുതൽ സുന്ദരമാകുന്നു. സിനിമയുടെ ഏതാണ്ട് എല്ലാ ഫ്രെയ്മുകളിലും വിദ്യ സിൻഹയുടെ ശാലീനസാന്നിദ്ധ്യമുണ്ട്. വളരെ വൈകാരികമായി ജീവിതത്തെ സമീപിക്കുന്ന ദീപ പലപ്പോഴും തന്റെ സ്വകാര്യലോകം മറ്റുള്ളവർക്കു മുന്നിൽ തുറന്നു വയ്ക്കാൻ വിമുഖ യാണ്. താൻ പറയാതെ തന്നെ സഞ്ജയ് എല്ലാം മനസ്സിലാക്കണെ മെന്ന് അവൾ ആഗ്രഹിക്കുന്നു. എപ്പോഴും പൊട്ടിച്ചിരിച്ചുകൊണ്ട് ജീവിതത്തെ അഭിമുഖീകരിക്കുന്ന സഞ്ജയ് ആകട്ടെ എല്ലാം ഉറക്കെ പ്പറയുന്നയാളാണ്. അത് ദീപയെ ഇടയ്ക്കെങ്കിലും അലോസരപ്പെടു ത്താറുമുണ്ട്. കാമുകനിൽ സ്വയം സമർപ്പിക്കുന്നതിലാണ് ദീപ നിർവൃതി കണ്ടെത്തുന്നത്.

അധികാര് യെ ജബ്സേ സാജന് കാ
ഹർ ഘഡ്കന് പർ മാനാ മേ നേ
മേ ജബ് സേ ഉന് കേ സാഥ് ബന്ധീ
യേ ഭേദ് തഭീ ജാനാ മേ നേ
കിത്നാ സുഖ് ഹേ ബന്ധന് മേ..

ഒരു കോളേജ് ലക്ചററുടെ ഒഴിവിലേക്കുള്ള ഇന്റർവ്യൂവിനായി ബോംബെ നഗരത്തിലെത്തുന്ന ദീപയെ റെയിൽവേ സ്റ്റേഷനിൽ വരവേൽക്കുന്നത് പഴയ സഹപാഠിയും കാമുകനുമായിരുന്ന നവീൻ (ദിനേശ് ഠാക്കൂർ) ആണ്. ഒരു കൂട്ടുകാരിക്കൊപ്പമാണ് ബോംബെ യിൽ ഇന്റർവ്യൂ കഴിയുന്നതു വരെ ദീപ താമസിക്കുന്നതെങ്കിലും അവളുടെ എല്ലാക്കാര്യങ്ങളിലും അതീവശ്രദ്ധയോടെ ഇടപെടുന്നത് നവീൻ ആണ്. കോളേജിൽ വച്ചുണ്ടായ ചെറിയൊരു വഴക്കിന്റെ പേരിൽ നവീനുമായി വേർപിരിഞ്ഞ ദീപ ഇപ്പോൾ അയാളിൽ കാണു ന്നത് കരുതലുള്ള ഒരു കൂട്ടുകാരനെയാണ്. സഞ്ജയുടെ അശ്രദ്ധ നിറഞ്ഞ സ്വഭാവത്തിനു നേർവിപരീതമാണ് നവീന്റെ പക്വതയുള്ള സമീപനം. പൂർവ്വകാമുകനും ഭാവിവരനുമിടയിൽ വലിഞ്ഞുമുറു കുന്ന മാനസികാവസ്ഥയിലേക്ക്, വല്ലാത്തൊരു ആശയക്കുഴപ്പത്തി ലേക്ക് അധികം വൈകാതെ ദീപ വീണുപോയി. ഉള്ളിലൊതുക്കിയ

വികാരങ്ങളുടെ ബഹിർസ്ഫുരണമായാണ് സിനിമയിലെ രണ്ടാമത്തെ പാട്ട് ചാറ്റർജി സന്നിവേശിപ്പിച്ചിരിക്കുന്നത്. ബോംബെ നഗരത്തിലൂടെ ടാക്സിയിൽ സഞ്ചരിക്കുന്ന ദീപയും നവീനും. മുകേഷിന്റെ വശ്യമായ ശബ്ദത്തിൽ ആ നഗരയാത്രയുടെ പശ്ചാത്തലത്തിൽ ഒഴുകുന്നു, പ്രശസ്തമായ ഈ ഗാനം.

കയി ബാര് യൂ ഹി ദേഖാ ഹേ യെ
ജോ മൻ കീ സീമാ രേഖാ ഹേ
മന് തോഡ്നെ ലഗ്താ ഹേ അഞ്ജാനി പ്യാസ് കേ പീഛേ
അഞ്ജാനി ആസ് കേ പീഛേ മന് ദൗഡ്നേ ലഗ്താ ഹേ..

ദീപയുടെ സ്നേഹദാഹത്തെയും അവളുടെ ചഞ്ചലമായ മനസ്സിനെയും ഈ പാട്ടിലൊതുക്കിയിട്ടുണ്ട് സലിൽ ചൗധരിയും യോഗേഷും. മുകേഷിന് മികച്ച പിന്നണിഗായകനുള്ള ആ വർഷത്തെ ദേശീയ അവാർഡ് നേടിക്കൊടുത്ത ഗാനമാണിത്.

രജ്നി ഗന്ധ പോലുള്ള സിനിമകളുടെ പ്രമേയങ്ങളും ആർഭാട രഹിതമായ കഥനരീതിയും ഗാനങ്ങളും മലയാളമടക്കമുള്ള ഇൻഡ്യൻ ഭാഷകളിൽ എൺപതുകളിൽ പുറത്തിറങ്ങിയ ചിത്രങ്ങളെ സ്വാധീനിച്ചിട്ടുണ്ട്. ബോളിവുഡ്ഡിന്റെ കച്ചവടസംസ്കാരത്തിൽ നിന്ന് നല്ല സിനിമയെ സ്നേഹിക്കുന്ന സംവിധായകരെയും പ്രേക്ഷകരെയും സംരക്ഷിച്ചു നിർത്തിയതിലും ഇത്തരം സൃഷ്ടികൾ ചരിത്രപരമായ പങ്കു വഹിച്ചു. കടുത്ത ചായം പുരട്ടി തിളങ്ങുന്ന ഉടയാടകളോടെ തിരശ്ശീലയിൽ നാടകമാടുന്ന കഥാപാത്രങ്ങൾ ആ സിനിമകളിലുണ്ടായിരുന്നില്ല. ജീവിതത്തിന്റെ ഋതുഭേദങ്ങളെ സ്വാഭാവികമായി ആവിഷ്കരിച്ച ആ ചലച്ചിത്രകാവ്യങ്ങളിൽ കാലത്തെ അതിജീവിക്കുന്ന ഗാനങ്ങളുണ്ടായതും അതുകൊണ്ടായിരിക്കണം. ■

ഏകാകിനിയുടെ ഹൃദയഗീതങ്ങൾ

"**അ**ഗർ കിസീ നേ ഉമ്രാവ് ജാൻ കോ
നഹീം ദേഖാ തോ ഇൻഹേ ദേഖിയേ..."

പ്രായത്തിനും കാലത്തിനും മങ്ങലേൽപ്പിക്കാനാകാത്ത വശ്യ സൗന്ദര്യവുമായി അരികിൽ നിൽക്കുന്ന രേഖയെ നോക്കി മൊഹമ്മദ് സഹൂർ ഖയ്യാം എന്ന വിശ്രുത സംഗീതസംവിധായകൻ പറഞ്ഞു. ഒരു സ്വകാര്യ റേഡിയോ നിലയം ഏർപ്പെടുത്തിയ ആജീവനാന്ത സംഭാവനയ്ക്കുള്ള അവാർഡ് ഖയ്യാമിനു സമർപ്പിച്ചു കഴിഞ്ഞതേയുള്ളൂ, ഇൻഡ്യൻ സിനിമയെയാകെ കോരിത്തരിപ്പിച്ച രേഖ എന്ന ദ്രാവിഡസുന്ദരി. ഖയ്യാമിന്റെ നാലു പതിറ്റാണ്ടിലേറെ നീണ്ട സംഗീത സപര്യയിലെ സുവർണ്ണരേഖയാണ് മുസാഫർ അലി 1981ൽ സംവിധാനം ചെയ്ത ഉമ്രാവ് ജാൻ എന്ന സിനിമ. മിർസ മുഹമ്മദ് ഹാദി റുസ്വ 1905ൽ എഴുതിയ ഉമ്രാവ് ജാൻ അദാ എന്ന ഉറുദു നോവലിന്റെ ചലച്ചിത്രാവിഷ്കാരം.

1840ൽ ഉത്തർപ്രദേശിലെ ഫൈസാബാദിൽ നിന്ന് ദിലാവർ ഖാൻ എന്ന കൊടുംകുറ്റവാളി ഇളംപ്രായത്തിലേ തട്ടിയെടുത്ത് ലഖ്നൗവിലെ ഒരു അഭിസാരികാഗൃഹത്തിൽ നൂറ്റമ്പതു രൂപയ്ക്കു വിറ്റ അമീരൻ എന്ന പെൺകുട്ടി പിന്നീട് സംഗീതവിദുഷിയും നർത്തകിയും സർവ്വോപരി കവയിത്രിയുമായ ഉമ്രാവ് ജാൻ എന്ന സുപ്രസിദ്ധ ഗണികയായി മാറുന്നതാണ് സിനിമയുടെ പ്രമേയം. കാല്പനികതയുടെ മാധുര്യവും ജീവിതത്തിന്റെ കയ്പുനീരും കലർന്ന ഗസലുകളുടെ തേൻമഴ പെയ്യിച്ചും വശ്യമായ ചുവടുകളും കടക്കണ്ണേറുകളും കൊണ്ട് ലഖ്നൗ എന്ന പ്രാക്തനനഗരത്തെയാകെ പുളകം കൊള്ളിച്ചും നാളുകൾ നീക്കിയ ഉമ്രാവ് ജാൻ യഥാർത്ഥത്തിൽ ജീവിച്ചിരുന്നോ എന്ന കാര്യത്തിൽ തർക്കങ്ങളുണ്ട്, ചരിത്രകാരന്മാർക്കിടയിൽ. പക്ഷേ, ലക്ഷക്കണക്കിനു വരുന്ന സിനിമാപ്രേമികളുടെ ഹൃദയത്തിൽ ഒരു വിഷാദകാവ്യം പോലെ ഉമ്രാവ് ജാൻ ജീവിച്ചിരിപ്പുണ്ട്. രേഖയുടെ രൂപമാണവൾക്ക്. "ഉമ്രാവ് ജാനെ നേരിട്ടു കാണാൻ ഭാഗ്യമില്ലാതിരുന്നവർ, ദാ, രേഖയെ കണ്ടോളൂ" എന്ന് ഖയ്യാം പറഞ്ഞതിനെ

ശരിവച്ചു കൊണ്ട്, അന്ന് അമ്പത്തേഴുകാരിയായിരുന്ന ആ അഭിനേത്രി പറഞ്ഞു: ''ഖയ്യാം സാബ് ഇല്ലായിരുന്നെങ്കിൽ രേഖ ഉണ്ടാകുമായിരുന്നില്ല. നന്നേ ചെറുപ്പത്തിലേ കലാകാരിയാണ് ഞാൻ. പക്ഷേ, അങ്ങാണ് എനിക്കൊരു പേരുണ്ടാക്കിത്തന്നത്. എവിടെപ്പോയാലും ആദ്യം ആളുകൾ തിരിച്ചറിയുന്നത് ഉമ്രാവ് ജാനെയാണ്. രേഖയ്ക്ക് രണ്ടാം സ്ഥാനമേയുള്ളൂ.'' അതു പൂർണ്ണമായും സത്യമാണ്. പകർന്നാട്ടത്തിന്റെ ഏതോ സന്ധിയിൽ വച്ച് ഉമ്രാവ് ജാൻ എന്ന വ്യഥിതകലാകാരിയിലേക്ക്, അതിലുപരി ചൂഷിതയായ സ്ത്രീയിലേക്ക്, രേഖ പരകായപ്രവേശം ചെയ്തിട്ടുണ്ട്.

ബോളിവുഡ്ഡിന്റെ കുടിലവും അപരിചിതവുമായ മായാലോകത്തേക്ക് ഭാഷ പോലും നേരേ ചൊവ്വേ പറയാനറിയാതെ, ജീവിത പ്രാരബ്ധങ്ങളുടെ സമ്മർദ്ദം കൊണ്ടു മാത്രം കടന്നുവന്ന ഭാനുരേഖ ഗണേശൻ എന്ന ചെറിയ പെൺകുട്ടി രേഖ എന്ന ആരാധനാവിഗ്രഹമായി മാറിയതിനു പിറകിൽ നിശ്ചയദാർഢ്യത്തിന്റെയും കഠിനാദ്ധ്വാനത്തിന്റെയും വലിയ ചരിത്രമുണ്ട്. തെന്നിന്ത്യൻ സൂപ്പർ താരമായിരുന്ന 'കാതൽ മന്നൻ' ജമിനി ഗണേശന് തെലുഗു നടി പുഷ്പവല്ലിയിൽ പിറന്ന മകൾ ബോളിവുഡ്ഡിലെ 'വിരൂപയായ കുട്ടിത്താറാവ്' (അഗ്ലി ഡക്‌ലിങ്) ആയാണ് ആദ്യകാലത്ത് അറിയപ്പെട്ടിരുന്നത്. കാരണം, ഹിന്ദി സിനിമയുടെ പൊതുസങ്കല്പങ്ങൾക്കിണങ്ങുന്നതായിരുന്നില്ല രേഖയുടെ ശ്യാമസൗന്ദര്യവും അക്കാലത്തെ അല്പം സ്ഥൂലമായ ശരീരപ്രകൃതവും. നിയമപ്രകാരം വിവാഹം കഴിച്ച ഭാര്യമാർക്കു പുറമേ പല ബന്ധങ്ങളുമുണ്ടായിരുന്ന ജമിനി ഗണേശൻ രേഖയുടെ പിതൃത്വം ഏറ്റെടുത്തിരുന്നില്ല താനും. എല്ലാത്തരത്തിലും അവഗണനയുടെ കാലമായിരുന്നു അത്. കൂട്ടുകാരോടൊത്ത് കളിച്ചും ചിരിച്ചും നടക്കേണ്ട പ്രായത്തിൽ ഒട്ടും താത്പര്യമില്ലാത്ത ഒരു ജോലിയിൽ അകപ്പെട്ടുപോയ രേഖ വലിയൊരാത്മാന്വേഷണത്തിലൂടെയാണ് അഭിനയജീവിതത്തിലെ വിജയപാതകൾ വെട്ടിത്തെളിച്ചത്. ആയിരത്തിത്തൊള്ളായിരത്തി എഴുപതുകളുടെ പകുതിയോടെ ഹിന്ദി സിനിമയിൽ സ്വത്വപ്രഖ്യാപനം നടത്തിയ രേഖയുടെ ഭാവുകത്വപരിണാമം വിളിച്ചോതിയ കഥാപാത്രമായിരുന്നു ഉമ്രാവ് ജാൻ.

ഖയ്യാമിനെ സാക്ഷി നിർത്തിക്കൊണ്ട് രേഖ അന്നു സംസാരിച്ചത് ഉമ്രാവ് ജാനിലെ പാട്ടുകളെക്കുറിച്ചാണ്. (ആകെ പത്തു പാട്ടുകളുണ്ട് ആ സിനിമയിൽ. അവയിൽ ഒമ്പതെണ്ണവും എഴുതിയത് വിശ്രുത ഉറുദു കവി ഷഹ്‌രിയാർ. കാഹേ കോ ബ്യാഹി ബിദേസ് എന്നു തുടങ്ങുന്ന ടൈറ്റിൽ സോങ് സൂഫി കവിയും സംഗീതജ്ഞനുമായിരുന്ന അമീർ ഖുസ്റുവിന്റേതാണ്.) ''ദില് ചീസ് ക്യാ ഹേ ആജ് മേരീ ജാന് ലീജിയേ, ഇന് ആംഖോം കി മസ്തീ മേ, ജുസ്ത്ജൂ ജിസ്

കീ ഥീ.. അതൊക്കെ ഗംഭീര ഗാനങ്ങൾ തന്നെ..'' രേഖ പറഞ്ഞു. ''പക്ഷേ, ആ സിനിമയിലെ അവസാനത്തെ പാട്ട്'' പിന്നെ അപ്രതീക്ഷിതമായി രേഖ പാടുകയായി..

യേ ക്യാ ജഗേ ഹേ ദോസ്തോം
യേ കോന് സാ ദയാര് ഹേ

സംഗീതോപകരണങ്ങളുടെയൊന്നും അകമ്പടിയില്ലാതെ രേഖ പാടുന്നത് ഖയ്യാമും സദസ്സിലുണ്ടായിരുന്ന ബോളിവുഡ്ഡിലെ പ്രമാണിമാരും വിസ്മയത്തോടെ കേട്ടിരുന്നു. സിനിമയിലെ സുപ്രധാനമായ ഒരു സന്ദർഭത്തിലാണ് ഈ ഗാനം സന്നിവേശിപ്പിച്ചിരിക്കുന്നത്. ബ്രിട്ടീഷ് പട്ടാളം ലഖ്നൗ നഗരത്തിൽ അക്രമം അഴിച്ചുവിട്ടപ്പോൾ പലായനം ചെയ്യേണ്ടി വന്ന ഉമ്രാവ് ജാൻ അവിചാരിതമായി എത്തിച്ചേരുന്നത് ജന്മനാടായ ഫൈസാബാദിലാണ്. പണ്ട് അവിടെ കളിച്ചു വളർന്ന അമീരൻ എന്ന പെൺകുട്ടിയെ ഇപ്പോൾ ആരും ഓർക്കുന്നില്ല. നാട്ടുകാർക്ക് ലഖ്നൗവിൽ നിന്നുവന്ന പരദേശിയായ ഗണിക മാത്രമാണവൾ. ആ അന്യനഗരത്തിലെ ആസ്വാദകർക്കു മുന്നിൽ തനിക്കു മാത്രമറിയാവുന്ന നീറുന്ന രഹസ്യങ്ങൾ ഉള്ളിലൊളിപ്പിച്ച് ഉമ്രാവ് ജാൻ പാടുകയാണ്..

യേ ക്യാ ജഗേ ഹേ ദോസ്തോം
യേ കോന് സാ ദയാര് ഹേ
(ഇതേതിടമാണു കൂട്ടരേ..? ഇതേതു ലോകമാണ്..?)

'സ്ഥലം' എന്നർത്ഥം വരുന്ന 'ജഗഹ്' എന്ന പദം 'ജഗേ' എന്നാണ് ആശാ ഭോൺസ്‌ലെ ഉച്ചരിച്ചിരിക്കുന്നത്. അതാണത്രേ, ശരിയായ ഉച്ചാരണം.

ഹദേ നിഗാഹ് തക് ജഹാം ഗുബാര് ഹി ഗുബാര് ഹേ
(കണ്ണെത്തുന്നിടത്തെല്ലാം മണൽക്കാറ്റു മാത്രമാണിവിടെ.)
യേ കിസ് മകാമ് പർ ഹയാത് മുഝ് കോ ലേകേ ആ ഗയീ
നാ ബസ് ഖുശീ പെ ഹേ ജഹാം, നാ ഗം പെ ഇഖ്തിയാര് ഹേ
(ഇതേതു ലോകത്താണ് ജീവിതം എന്നെ കൊണ്ടെത്തിച്ചിരിക്കുന്നത്? ഇവിടെ സുഖദുഃഖങ്ങൾ പോലും എന്റെ നിയന്ത്രണത്തിലല്ലല്ലോ.)

ദില് ചീസ് ക്യാ ഹേ, ഇന് ആംഖോം കി മസ്തീ മേ എന്നീ ഗാനങ്ങളിൽ ജീവിതത്തിലെ തെളിച്ചവും വെളിച്ചവുമുള്ള ഒരു പുതുകാലഘട്ടത്തിന്റെ നൃത്തശാലയിൽ ചുവടുറപ്പിക്കുന്ന യുവകലാകാരിയുടെ, ധനികകാമുകർക്കു മുന്നിൽ സ്വയമർപ്പിക്കുന്ന നഗരസുന്ദരിയുടെ ശബ്ദമാണ് മുഴങ്ങിയിരുന്നതെങ്കിൽ, ഒളിപ്പിച്ച

കണ്ണീരിന്റെ നനവുപടർന്ന ഈ പാട്ടിൽ പിറന്ന നാട്ടിലെ കളിയരങ്ങിൽ അന്യയായി പകച്ചുനിൽക്കുന്ന ഒരു പരദേശിപ്പെണ്ണിന്റെ തേങ്ങലാണുള്ളത്.

ഖയ്യാമിനു മുന്നിൽ ഈ പാട്ടിന്റെ അവസാനഭാഗം മാത്രമേ പല്ലവിക്കു പുറമേ ആ രാത്രിയിൽ രേഖ പാടിയുള്ളൂ.

ബുലാ രഹാ ഹേ കോൻ മുഝ്കോ ചിൽമനോം കേ ഉസ് തരഫ്

മേരേ ലിയേ ഭി ക്യാ കോയി ഉദാസ് ബേക്രാർ ഹേ

(ഈറ്റത്തട്ടികയ്ക്കപ്പുറം നിന്ന് ആരാണെന്നെ വിളിക്കുന്നത്? അസ്വസ്ഥതയോടെ വ്യഥയോടെ എനിക്കുവേണ്ടിയും ആരോ കാത്തുനിൽപ്പുണ്ടാകുമോ?)

രേഖ ബോധപൂർവ്വം തെരഞ്ഞെടുത്തതായിരിക്കണം, ഈ വരികൾ. സംഭവബഹുലവും അതേസമയം ഏകാന്തവുമായ അവരുടെ ജീവിതവുമായി അത്രയ്ക്കു ബന്ധപ്പെട്ടിരിക്കുന്നു ഈ പാട്ട്. 'ആയുസ്സിൽ ഇതുവരെ പൊഴിഞ്ഞുപോയ വർഷങ്ങളുടെ കണക്കു ചോദിക്കുകയാണ് ജീവിതം' എന്ന് ഈ ഗാനത്തിലൊരിടത്ത് ഷഹ്രിയാർ എഴുതിയിട്ടുണ്ട്. ആ ചോദ്യത്തിനു മറുപടിയില്ലാതെ അപമാനിതയായി നിൽക്കുകയാണ് താനെന്നാണ് ഉമ്രാവ് ജാൻ പറയുന്നത്. പക്ഷേ, ആയുസ്സിന്റെ പുസ്തകത്തിൽ കുറിച്ചുവയ്ക്കാൻ ലാഭനഷ്ടങ്ങളുടെ ഒരുപാടു കണക്കുകളുണ്ട് രേഖ എന്ന അഭിനേത്രിക്ക്. അതിലുപരി, പലപ്പോഴും പടപൊരുതി ജീവിതം തിരിച്ചുപിടിച്ച ആ സ്ത്രീജന്മത്തിന്.

വളരെ അപൂർവ്വമായി മാത്രമേ രേഖ അഭിമുഖങ്ങൾ അനുവദിച്ചിട്ടുള്ളൂ. കയ്പുനിറഞ്ഞ ആദ്യകാല ചലച്ചിത്രാനുഭവങ്ങൾ ഇപ്പോൾ ഓർക്കാനാഗ്രഹിക്കുന്നില്ലെന്ന് ഒരു ടെലിവിഷൻ അഭിമുഖത്തിൽ സിമി ഗരേവാളിനോട് അവർ പറയുകയുണ്ടായി. 'I am healed now. I'm not bitter anymore.'

പൂർണ്ണമായും കൊള്ളയടിക്കപ്പെട്ട് ഒറ്റപ്പെട്ടുപോയ ലഖ്നൗ നഗരത്തിലുള്ള ഗണികാഗൃഹത്തിലെ കണ്ണാടികളിലൊന്നിൽ പ്രതിഫലിക്കുന്ന ഉമ്രാവ് ജാന്റെ പ്രതിബിംബത്തിലാണ് മുസാഫർ അലി തന്റെ സിനിമ അവസാനിപ്പിക്കുന്നത്. ആർക്കും നിർവ്വചിക്കാൻ കഴിയാത്ത ഒരു ഭാവമാണ് ആ മുഖത്ത്. അഥവാ, ഏതുവിധത്തിലും വ്യാഖ്യാനിച്ചോളൂ എന്ന് പ്രേക്ഷകരോടു പറയുമ്പോലെ. പകുതിയിൽ വച്ച് ബോധപൂർവ്വം അവസാനിപ്പിച്ച ഒരു പാട്ടുപോലെ; ജീവിതം പോലെ.

■

തിരസ്കൃത കവിയുടെ ശബ്ദം

യേ കൂചേ യേ നീലാമ്ഘർ ദില്കശീ കേ
യേ ലുട്തേ ഹുവേ കാര്വാ സിന്ദ്ഗീ കേ
കഹാം ഹേ കഹാം ഹേ മുഹാഫിസ് ഖുദീ കേ
ജിനേ നാസ് ഹേ ഹിന്ദ് പര് വോ കഹാം ഹേ..

''ഈ തെരുവുകളിലേക്കു നോക്കൂ... വില്പനയ്ക്കു വെച്ച വീടുകൾ... കൊള്ളയടിക്കപ്പെട്ട ജീവിതങ്ങൾ... എവിടെപ്പോയി ആത്മാഭിമാനസംരക്ഷകർ? ഇൻഡ്യയെക്കുറിച്ച് അഭിമാനം കൊള്ളുന്നവർ?''

പണത്തിനുമേലെ പരുന്തും പറക്കാത്ത ഒരു നഗരത്തിലെ ചുവന്ന തെരുവിൽ, കരളിലെരിയുന്ന കവിത മാത്രം കൈമുതലായുള്ളൊരു ചെറുപ്പക്കാരൻ പാടുന്നു. മദ്യചഷകവും കയ്യിലേന്തി ആടിയാടി നടക്കുന്ന അയാളൊരു കവിയാണ് – വിജയ്. സിനിമയും സംഗീതവും തമ്മിലുള്ള നിതാന്തബന്ധത്തിന്റെ ആഘോഷമെന്ന് ബ്രിട്ടീഷ് ഫിലിം ഇൻസ്റ്റിറ്റ്യൂട്ടിന്റെ പ്രസിദ്ധീകരണമായ സൈറ്റ് ആൻഡ് സൗണ്ട് വിശേഷിപ്പിച്ച പ്യാസ (1957) എന്ന ചിത്രത്തിലെ നായകൻ. ബ്ലാക് ആൻഡ് വൈറ്റിൽ ചലച്ചിത്രകവിതകളെഴുതി വിസ്മയിപ്പിച്ച ഗുരു ദത്തിന്റെ മറക്കാനാകാത്ത കഥാപാത്രം.

കൊൽക്കത്ത നഗരത്തിന്റെ സ്വാതന്ത്ര്യാനന്തര കാലമാണ് പ്യാസയുടെ ഭൂമിക. മറ്റെന്തിനേക്കാളും പണത്തിനും സ്വാർത്ഥതയ്ക്കും പ്രാമുഖ്യമുണ്ടായിരുന്ന കാലമായിരുന്നു അത്. സ്വാതന്ത്ര്യത്തിനുശേഷം ഇൻഡ്യയിലെ കലാകാരന്മാരും ബുദ്ധിജീവികളും നേരിട്ട വിശ്വാസത്തകർച്ചയുടെ ബഹിർസ്ഫുരണമായിരുന്നു പ്യാസ. 'പ്യാസ' എന്ന വാക്കിന് 'ദാഹിക്കുന്നവൻ' എന്നാണർത്ഥം. 'പ്യാസ്' (ദാഹം) എന്നായിരുന്നത്രേ ആദ്യം നിശ്ചയിച്ച പേര്. ഗുരു ദത്തിന്റെ നിർബന്ധം മൂലമാണ് പേരു മാറ്റിയത്. വിജയ് എന്ന പട്ടിണിക്കാരൻ കവിയുടെ ദാഹം കവിതയോടും പ്രണയത്തോടും മാത്രമല്ല, സഹജാതരുടെ

മൊഴികൾ സംഗീതമായി കേൾക്കാൻ കഴിയുന്ന ദിനങ്ങൾക്കു വേണ്ടിയുമായിരുന്നു എന്ന് ദത്ത് തിരിച്ചറിഞ്ഞിരുന്നു. വൻസാമ്പത്തിക വിജയങ്ങളായി മാറിയ ബാസി, ആർ പാർ, സി ഐ ഡി തുടങ്ങിയ ചിത്രങ്ങൾക്കു ശേഷം അദ്ദേഹം നടത്തിയ പരീക്ഷണമായിരുന്നു പ്യാസ. കച്ചവടസിനിമയിൽ ഒരു പൊളിച്ചെഴുത്തു നടത്തുകയായിരുന്നു ദത്തിന്റെ ലക്ഷ്യം. പാട്ടുകളിലുൾച്ചേർന്ന കവിതകളിലും അവയുടെ ചിത്രീകരണത്തിലും സംഭാഷണങ്ങളിലുമെല്ലാം പുതുമ കൊണ്ടുവരാനുള്ള ശ്രമമുണ്ടായിരുന്നു പ്യാസയിൽ.

ചുവന്ന തെരുവിലൂടെയുള്ള നിശാസഞ്ചാരത്തിനിടെ വിജയ് കടന്നുപോകുന്നത് പാർശ്വവത്കൃതരായ ഒരുപറ്റം മനുഷ്യരുടെ വിലാപങ്ങളിലൂടെയാണ്. അതുകൊണ്ട് കവിതയിൽ അയാൾ പോലുമറിയാതെ രാഷ്ട്രീയം കടന്നു വരുന്നു. ഹവ്വയായും യശോദയായും രാധയായും സുലയ്ഖയയും ഈ തെരുവിലെ പെണ്ണുങ്ങളെ വിജയ് ഉൾക്കൊള്ളുന്നു. അവരും ആഗ്രഹിക്കുന്നത് സ്നേഹമാണ്, ബഹുമാനമാണ്.

മദദ് ചാഹ്തീ ഹേ യേ ഹവ്വാ കി ബേട്ടീ
യശോദാ കീ ഹംജിംസ്, രാധാ കീ ബേട്ടീ
പയംബർ കീ ഉമ്മത്ത്, സുലയ്ഖാ കീ ബേട്ടീ
ജിനേ നാസ് ഹേ ഹിന്ദ് പര് വോ കഹാം ഹേ..

തബലയുടെയും ചിലങ്കകളുടെയും ശബ്ദത്തോടൊപ്പം രോഗികളും അർദ്ധ പട്ടിണിക്കാരുമായ ഗണികകളുടെ ചുമയും അവരുടെ കുഞ്ഞുങ്ങളുടെ കരച്ചിലും ഉയരുന്ന ഒരു തെരുവിന്റെ അസ്വസ്ഥതയിൽ കവിക്ക് ഇങ്ങനെയേ പാടാനാകൂ. ഭഗ്നപ്രണയത്തിന്റെ മുറിപ്പാടുകളുമായി ജീവിക്കുന്ന, കവിയാണെന്ന കാരണത്താൽ കുടുംബത്തിൽ നിന്നും സമൂഹത്തിൽ നിന്നും തിരസ്കൃതനായ വിജയ് അങ്ങനെ പാടുന്നത് ജീവിതനൈരാശ്യം കൊണ്ടു കൂടിയാകാം. മദ്യലഹരിയിലാകാം. പക്ഷേ അയാളുടെ വാക്കുകൾ ചെന്നുകൊണ്ടത് ഇൻഡ്യയുടെ രാഷ്ട്രീയശരീരത്തിലാണ്. അന്നത്തെ പ്രധാനമന്ത്രി ജവാഹർ ലാൽ നെഹ്റുവിനെ ഈ ഗാനം വല്ലാതെ അസ്വസ്ഥനാക്കിയതിൽ അത്ഭുതമില്ല.

മുഹമ്മദ് റഫിയും ഗീതാ ദത്തും ഹേമന്ത് കുമാറും ആലപിച്ച പത്തു ഗാനങ്ങളുണ്ട് പ്യാസയിൽ. ഓരോ പാട്ടിലും എസ്.ഡി. ബർമ്മന്റെ മാന്ത്രികസ്പർശം. വ്യക്തിപരമായി ഏറ്റവും ഇഷ്ടം ഗീതാ ദത്തിന്റെ അനനുകരണീയ ശൈലിയിലുള്ള ജാനേ ക്യാ തൂ നേ കഹി തന്നെയാണ്. വിജയുടെ സഹോദരൻമാർ ആക്രിക്കച്ചവടക്കാരന് തൂക്കി വിറ്റ കവിതകൾ വിലകൊടുത്തു വാങ്ങിയ ഗുലാബ്

(വഹീദ റഹ്മാൻ) എന്ന നിശാസുന്ദരി പാടുന്ന ഗാനം. വിതരണക്കാരെ പ്രീതിപ്പെടുത്താൻ വേണ്ടി മാത്രം ഉൾപ്പെടുത്തിയ ഹം ആപ് കി ആംഖോം മേ (ഗീത ദത്ത്, റഫി) ഒഴികെ എല്ലാ ഗാനങ്ങളും സിനിമയുടെ ഒഴുക്കിലലിഞ്ഞു ചേരുന്നു. ആജ് സജൻ മൊഹെ അംഗ് ലഗാ ലോ, ജാനേ വോ കൈസേ ലോഗ് ഥെ ജിൻകേ, സര് ജോ തേരാ ചക്രായേ, യെ ഹസ്തേ ഹുവേ ഫൂൽ, തംഗ് ചുകേ ഹേ.. ഒടുവിൽ പ്രസിദ്ധമായ ആ മുഹമ്മദ് റഫി ഗാനം – യേ ദുനിയാ അഗർ മിൽ ഭി ജായേ തോ ക്യാ ഹേ..

വിജയിന്റെ കാമുകി മീന (മാല സിൻഹ) മെച്ചപ്പെട്ട ജീവിതം തേടി ഘോഷ് എന്ന ധനികനായ പുസ്തകപ്രസാധകനെ വിവാഹം കഴിച്ചു. പിന്നീട് ഘോഷിന്റെ ഓഫീസിൽത്തന്നെ ജോലി ചെയ്യാനിടവരുന്നതോടെ കവിയുടെ ജീവിതം വീണ്ടും കുഴപ്പത്തിലായി. ഭാര്യയുടെ മുൻ കാമുകനെ സഹിക്കാനുള്ള മഹാമനസ്കത പ്രസാധകനില്ലായിരുന്നു. ജോലി നഷ്ടപ്പെട്ട് തെരുവിലായ വിജയ് വലിയ പ്രതിസന്ധികളിലൂടെ കടന്നുപോകുന്നു. ഒരു യാചകന്റെ ജീവൻ രക്ഷിക്കാനുള്ള ശ്രമത്തിനിടെ റെയിൽവേ ട്രാക്കിൽ കുടുങ്ങി തീവണ്ടിയിടിച്ച് വിജയ് മരിച്ചു എന്ന തെറ്റായ വാർത്ത നഗരത്തിൽ പരക്കുന്നു. വിജയ് എഴുതിയ കവിതകളുടെ കയ്യെഴുത്തുപ്രതി ഗുലാബിൽ നിന്നു കൈക്കലാക്കിയ ഘോഷ് അവ പ്രസിദ്ധീകരിക്കുന്നു. 'പര്ഛായിയാം' (നിഴലുകൾ) എന്നു പേരുള്ള ആ സമാഹാരം വായനക്കാർ വലിയ ആവേശത്തോടെ സ്വീകരിക്കുന്നു. ജീവിതമേൽപ്പിച്ച മുറിവുകളുടെ വേദനയും നനുത്ത വിഷാദവും ആ കവിതകളിലെങ്ങും ഉറഞ്ഞു കിടന്നിരുന്നു. (പ്യാസയുടെ ഗാനരചയിതാവ് സഹീർ ലുധിയാൻവിയുടെ കവിതാസമാഹാരത്തിന്റെ പേരും 'പര്ഛായിയാം' എന്നു തന്നെയാണ്. പ്രശസ്ത പഞ്ചാബി കവയിത്രി അമൃതാ പ്രീതത്തോട് സഹീറിനുണ്ടായിരുന്ന പ്രണയമാണ് പ്യാസയുടെ പ്രമേയത്തിനടിസ്ഥാനമെന്നു പറയപ്പെടുന്നു.)

തന്റെ കവിതാസമാഹാരം പ്രസിദ്ധീകൃതമായ വിവരം വിജയ് അറിയുന്നത് ആശുപത്രിക്കിടക്കയിൽ വച്ചാണ്. അതെഴുതിയത് താനാണ് എന്ന അവകാശവാദം അയാളെ മാനസികരോഗാശുപത്രിയിലാണെത്തിച്ചത്. ഒടുവിൽ ഒരു സുഹൃത്തിന്റെ സഹായത്തോടെ രക്ഷപ്പെട്ടു പുറത്തു വരുമ്പോഴേക്കും 'പര്ഛായിയാം' ജനപ്രീതിയുടെ പരകോടിയിലെത്തിയിരുന്നു. വിജയ് ജീവിച്ചിരിപ്പുണ്ടെന്ന് അംഗീകരിക്കാൻ അയാളുടെ സഹോദരന്മാർ പോലും തയ്യാറാകുന്നില്ല. ചിത്രാന്ത്യത്തിൽ 'യശശ്ശരീരനായ' കവിയെ ആദരിക്കാനുള്ള വമ്പൻ ചടങ്ങിൽ പ്രത്യക്ഷപ്പെടുന്ന വിജയ് സർഗ്ഗസൃഷ്ടികളെ വിലപേശി വിൽക്കുന്ന സമൂഹത്തെ കവിത ചൊല്ലി തിരസ്കരിക്കുന്നു.

തിങ്ങിനിറഞ്ഞ സമ്മേളനഹാളിന്റെ പിറകിൽ ഒരു സ്വപ്നാടകനെപ്പോലെ നിലകൊള്ളുന്ന കവി, ഉയിർത്തെഴുന്നേറ്റ ക്രിസ്തുവിനെ ഓർമ്മിപ്പിക്കുന്നു. അയാളുടെ നേർത്ത ശബ്ദം മെല്ലെ മെല്ലെ കരുത്താർജ്ജിക്കുന്നു..

യെ മഹ്ലോം യെ തഖ്തോം യെ താജോം കി ദുനിയാ
യെ ഇൻസാന് കേ ദുശ്മൻ സമാജോം കി ദുനിയാ
യെ ദൗലത് കേ ഭൂഖേ രവാജോം കി ദുനിയാ
യെ ദുനിയാ അഗർ മിൽ ഭി ജായേ തോ ക്യാ ഹേ

കൊട്ടാരങ്ങളും സിംഹാസനങ്ങളും കിരീടങ്ങളുമുള്ള, പണക്കൊതിയൻമാർ നിറഞ്ഞ മനുഷ്യത്വരഹിതമായ ഈ ലോകം കൈവന്നിട്ടും എന്തു പ്രയോജനം.. "ആത്മാവു നഷ്ടപ്പെടുത്തിയവൻ ലോകം മുഴുവൻ നേടിയിട്ടെന്തു കാര്യം?" എന്ന ബൈബിൾ വാക്യം തന്നെയാണ് ഈ കവിതയിലെ ഓരോ നിരാസത്തിലുമുള്ളത്. ഒടുവിൽ തന്റെ കവിസ്വത്വത്തെയും തന്നെത്തന്നെയും നിരാകരിച്ച് പൊതുസമൂഹം ഒരിക്കലും അംഗീകരിക്കാത്തവളായ ഗുലാബിനോടൊപ്പം വിജയ് എങ്ങോട്ടോ പോയി. പക്ഷേ, ഇരുവരുടെയും മുഖത്ത് സ്വാതന്ത്ര്യത്തിന്റെ വെളിച്ചമുണ്ടായിരുന്നു. മിടുമിടുക്കന്മാരുടെ കച്ചവട റിപ്പബ്ലിക്കിൽ നിന്ന് തന്റേതല്ലാത്ത കാരണങ്ങളാൽ പുറത്തുപോകേണ്ടിവന്ന ആ കവി ആറു പതിറ്റാണ്ടിനപ്പുറം നിന്ന് ഇപ്പോഴും ചോദിക്കുന്നു.

യെ ദുനിയാ അഗർ മിൽ ഭി ജായേ തോ ക്യാ ഹേ?

■

റസിയ സുൽത്താൻ: ആസക്തികളുടെ വീഞ്ഞുപാത്രം

പർദ്ദ ഉൾപ്പെടെ യാഥാസ്ഥിതിക പാരമ്പര്യങ്ങൾ പലതും ഉപേക്ഷിച്ചാണ് ജലാലത്-ഉദ്-ദിൻ റസിയ എന്ന യുവസുന്ദരി 1236 നവംബറിൽ ഡൽഹിയിൽ അധികാരമേറ്റത്. 1206 മുതൽ 1290 വരെ ഇൻഡ്യ ഭരിച്ച അടിമരാജവംശത്തിന്റെ സ്ഥാപകൻ കുതുബുദിൻ ഐബക്കിന്റെ നിര്യാണത്തെത്തുടർന്ന് അദ്ദേഹത്തിന്റെ മകനെ തോൽപിച്ച് സുൽത്താനായ ഇൽത്തുമിഷിന്റെ പ്രിയപുത്രിയായിരുന്നു റസിയ. അധികാരപ്പോരാട്ടങ്ങളുടെ ചോരക്കഥകൾ റസിയയുടെ സിംഹാസനാരോഹണത്തിനു പിറകിലുമുണ്ട്. 'റസിയ സുൽത്താൻ' എന്ന പുരുഷനാമമായിരുന്നു ഡൽഹി ഭരിച്ച സുൽത്താൻ പരമ്പരകളിലെ ആദ്യത്തെ രാജ്ഞിക്കിഷ്ടം. 'റസിയ സുൽത്താന' എന്ന സ്ത്രൈണ നാമത്തിലെ വിധേയത്വം അവർ തിരിച്ചറിഞ്ഞിരുന്നു.

'സുൽത്താന' എന്നാൽ സുൽത്താന്റെ ഭാര്യ അല്ലെങ്കിൽ വെപ്പാട്ടി മാത്രം; രാജ്ഞിയല്ല. ലിംഗപരമായ അസമത്വത്തിനെതിരെയുള്ള ചെറുത്തുനിൽപ് മരിക്കും വരെ റസിയയ്ക്ക് തുടരേണ്ടിയിരുന്നു. തുർക്കി വംശപാരമ്പര്യത്തിൽ അഭിമാനിക്കുന്ന പ്രഭുക്കന്മാർ ഭരണത്തെ സ്വാധീനിച്ചിരുന്ന അക്കാലം പുരുഷമേധാവിത്വത്തിന്റേതായിരുന്നു. ഭരണം സുതാര്യമാക്കാനുള്ള ശ്രമങ്ങൾ റസിയയെ പ്രഭുക്കളുടെ ശത്രുവാക്കി. പോരാത്തതിന് ആയോധനകല പഠിപ്പിക്കാനെത്തിയ ജമാലുദ്ദീൻ യാകൂത് എന്ന ആഫ്രിക്കൻ അടിമയുമായി റസിയയ്ക്ക് ഗാഢപ്രണയവുമുണ്ടായിരുന്നു. റസിയയെ ഒളിഞ്ഞും തെളിഞ്ഞും കാമിച്ചിരുന്ന പ്രഭുക്കന്മാരുടെ പക ആളിക്കത്തിക്കാൻ ഈ ബന്ധം സൃഷ്ടിച്ച ലൈംഗിക അസൂയ കാരണമായി.

ചരിത്രത്തിൽ വിശദരേഖകളില്ലാത്ത ഈ രാജ്ഞിയുടെ ജീവിതത്തിലെ ഒരു പ്രക്ഷുബ്ധ കാലഘട്ടമാണ് കമാൽ അംരോഹിയുടെ റസിയ സുൽത്താൻ (1983) എന്ന സിനിമയുടെ പ്രമേയം. ചരിത്രകഥകളിൽപ്പോലും സംവിധായകർ കൈക്കൊള്ളാറുള്ള ആവിഷ്കാര

സ്വാതന്ത്ര്യം അംരോഹിയും യഥേഷ്ടം പ്രയോഗിച്ചു; വിശേഷിച്ചും റസിയയുടെ പ്രണയകഥയിൽ. കാലത്തെ അതിജീവിക്കുന്ന പാട്ടുകൾ കൊണ്ടു സമൃദ്ധമായ മഹൽ (1949), പകീസാ (1972) എന്നീ സിനിമകൾ സൃഷ്ടിച്ച അംരോഹി ഏഴു വർഷമെടുത്തു, റസിയ സുൽത്താൻ പൂർത്തിയാക്കാൻ. അക്കാലത്ത് പത്തു കോടി രൂപയോളം ചെലവഴിച്ച സിനിമ ബോക്സോഫീസിൽ തകർന്നതിൽ റസിയയുടെ വേഷമിട്ട 'സ്വപ്നസുന്ദരി' ഹേമമാലിനിയുടെ ശരാശരിയിലും താഴെ നിൽക്കുന്ന പ്രകടനത്തിന് ചെറുതല്ലാത്ത പങ്കുണ്ട്. മേലാസകലം കറുപ്പുചായം തേച്ച് യാകൂത് എന്ന അബിസീനിയൻ അടിമയായെത്തിയ ധർമ്മേന്ദ്രയ്ക്കും കിട്ടിയില്ല, കയ്യടി.

എങ്കിലും ഉന്നതനിലവാരമുള്ള ഗാനങ്ങളുടെ പേരിൽ റസിയ സുൽത്താൻ ഓർമ്മിക്കപ്പെടും. തൊട്ടതെല്ലാം പൊന്നാക്കിയ ഖയ്യാം ആണ് ഗാനശിൽപി. അക്കാലത്ത് ഏറ്റവും ജനപ്രിയരായിരുന്ന ലക്ഷ്മീകാന്ത്-പ്യാരേലാൽമാരെ ഒരഭിപ്രായവ്യത്യാസത്തിന്റെ പേരിൽ ഒഴിവാക്കിയാണ് അംരോഹി ഖയ്യാമിനെ തെരഞ്ഞെടുത്തത്. ഐ ദിൽ-എ-നാദാൻ, ചൂം കര് രാത് ജോ സുലായേഗി, ജല്താ ഹേ ബദൻ (ലത മങ്കേഷ്കർ), ആയീ സംജീര് കി ഝംകാർ, തേരാ ഹിജ്ര് മേരാ നസീബ് ഹേ (കബൻ മിർസ), ഹരിയാലാ ബൻനാ ആയേ രേ (ആശ ഭോസ്ലേ, ജഗ്ജിത് കൗർ), ഐ ഖുദാ ശുക്ര് തേരാ (ഭൂപീന്ദർ സിങ്, മഹേന്ദ്ര കപൂർ) തുടങ്ങിയ ഗാനങ്ങളിലൂടെ ഖയ്യാം റസിയ സുൽത്താന്റെ ശബ്ദപഥം സംഗീതസാന്ദ്രമാക്കി.

നാലു പതിറ്റാണ്ടോളം ഉറുദു-ഹിന്ദി ഗാനലോകത്തു നിറഞ്ഞു നിന്നിരുന്ന ജാൻ നിസാർ അഖ്തർ അവസാനമായെഴുതിയ 'ഐ ദിൽ-എ-നാദാൻ' തന്നെയാണ് സിനിമയുടെ പൊൻകിരീടം. ചിത്രം പുറത്തുവന്നത് 1983 ലാണെങ്കിലും ഏഴുവർഷം മുമ്പു തന്നെ ഈ ഗാനം റെക്കോഡ് ചെയ്തിരുന്നു. ബോളിവുഡ്ഡിലെ ചലച്ചിത്രപ്രവർത്തകർ പലരും പാട്ടിൽ മയങ്ങിവീണു. കഭീ കഭീയിലെ (1976) ഗാനങ്ങളൊരുക്കാൻ യശ് ചോപ്ര ഖയ്യാമിനെ ക്ഷണിച്ചത് 'ഐ ദിൽ-എ-നാദാൻ' കൊളുത്തിയ അപ്രതിരോധ്യ പ്രലോഭനം കൊണ്ടായിരുന്നു. റസിയയുടെ വംശവേരുകൾ പടർന്ന തുർക്കി മുതൽ ഭാരതദേശം വരെയുള്ള സഞ്ചാരപഥത്തിനിടയിലെ നിരവധി രാജ്യങ്ങളുടെ പരമ്പരാഗത സംഗീതധാരകൾ ഈ ഗാനത്തെ സ്വാധീനിച്ചിട്ടുണ്ടെന്ന് ഖയ്യാം പറയുന്നു: ''റസിയയുടെ മനസ്സിലെ സംഘർഷമാണ് ആ പാട്ടിന്റെ സത്ത. അവളിലെ സ്ത്രീ ഒരടിമയുമായുള്ള ഗാഢാനുരാഗത്തിന്റെ തടവിലാണ്. പക്ഷേ ആ ബന്ധത്തെ മറികടക്കാനാണ് റസിയയിലെ രാജ്ഞി ശ്രമിക്കുന്നത്.''

ഹം ഭടക്തേ ഹേ,
ക്യൂം ഭടക്തേ ഹേ ദശ്ത്-ഒ-സഹ്റാ മേ?
ഐസാ ലഗ്താ ഹേ മൗസ് പ്യാസീ ഹേ അപ്നേ ദരിയാ മേ
കൈസി ഉല്ഝന് ഹേ.. ക്യോം യെ ഉല്ഝന് ഹേ
ഏക് സായാ-സാ രൂ-ബ-രൂ ക്യാ ഹേ
ഐ ദിൽ-എ-നാദാൻ, ഐ ദിൽ-എ-നാദാൻ
ആര്സൂ ക്യാ ഹേ? ജുസ്ത് ജൂ ക്യാ ഹേ?

(ഈ മരുഭൂമിയുടെ വിജനതയിൽ ഞാൻ എന്തിനിങ്ങനെ അലഞ്ഞു നടക്കുന്നു? പിറന്ന കടലിൽത്തന്നെ ദാഹജലം തേടുന്ന തിരമാല പോലെ.. എന്തോ തേടുന്നു, എന്തോ കൊതിക്കുന്നു, പാവം ഹൃദയം.)

സിന്ദ്ഗീ ജൈസേ ഖോയി ഖോയി ഹേ, ഹൈറാ ഹൈറാ ഹേ

''ജീവിതം എവിടെയോ നഷ്ടപ്പെട്ടതുപോലെ'' എന്നു പാടിക്കഴിഞ്ഞ് എതാനും നിമിഷത്തെ നിശ്ശബ്ദത.. പിന്നീട്,

യേ സമീൻ ചുപ് ഹേ, ആസ്മാൻ ചുപ് ഹൈ..

എന്ന് പാടി അല്പനേരത്തെ മൂകതയ്ക്കുശേഷം റസിയയുടെ ഹൃദയമിടിപ്പുകൾ പോലെ പതുക്കെ സജീവമാകുന്ന താളം.. ഇൻഡ്യൻ സിനിമാസംഗീത ചരിത്രത്തിൽ ഖയ്യാമിനെ അനശ്വരനാക്കാൻ ഇതൊക്കെ മതി.

സിതാറും സാരംഗിയും തബലയും മാത്രമുപയോഗിച്ച് വിസ്മയം തീർത്ത ''ജല്താ ബദൻ'', ഉറ്റതോഴി ഖാകൂനുമായി (പർവീൺ ബാബി) റസിയക്ക് സ്വവർഗ്ഗാനുരാഗബന്ധമുണ്ടായിരുന്നു എന്ന് സൂക്ഷ്മമായി സൂചിപ്പിക്കുന്ന ''ചൂം കര് രാത് ജോ സുലായേഗി'' എന്നീ ഗാനങ്ങൾ ആസക്തിയുടെ വീഞ്ഞു പകരുന്നു. പക്ഷേ, കബൻ മിർസയുടെ അസാധാരണഗാംഭീര്യമുള്ള സ്വരത്തിൽ പിറന്ന രണ്ടു പാട്ടുകൾ യാകൂത് അനുഭവിക്കുന്ന അസ്തിത്വദുഃഖത്തിന്റെ മരുഭൂമിയിലൂടെയാണ് സഞ്ചരിക്കുന്നത്.

ഖുദാ ഖൈര് കരേ.. ആയീ സഞ്ജീര് കി ഝംകാര്..
ദിൽ ഹുവാ കിസ്കാ ഗിരഫ്താര് ഖുദാ ഖൈര് കരേ..

മനസ്സമാധാനം തരാൻ ദൈവത്തോടു പ്രാർത്ഥിക്കുകയാണ്, കരുത്തനെങ്കിലും പ്രണയത്തിന്റെ തടവുകാരനായ യാകൂത്. ഈ ബന്ധം വരുത്തിവയ്ക്കാവുന്ന അപകടങ്ങളെക്കുറിച്ച് അയാൾക്കറിയാം. ഉറക്കമില്ലാത്ത രാത്രികളിൽ അയാൾ കേൾക്കുന്നത് ചങ്ങലക്കിലുക്കമാണ്.

ആകാശവാണിയിൽ അനൗൺസറായിരുന്ന കബൻ മിർസയുടെ ആലാപനം ധർമ്മേന്ദ്രയുടെ ശബ്ദവുമായി അത്ഭുതകരമാം വിധം

ചേർന്നുപോകുന്നതുകൊണ്ടാണ് യാകുത് എന്ന കഥാപാത്രത്തെ പ്രേക്ഷകർ ഇപ്പോഴും ഓർക്കുന്നതു തന്നെ. പ്രണയിനിയുമായി എക്കാലവും അകന്നിരിക്കുകയെന്ന വിധി അംഗീകരിക്കുന്ന യാകൂതിന്റെ വിരഹവും യാതനയും മറ്റൊരു ഗാനത്തിൽ മിർസ ആവിഷ്കരിക്കുന്നുണ്ട്. (തേരാ ഹിജ്ര് മേരാ നസീബ് ഹേ/തേരാ ഗം ഹി മേരീ ഹയാത് ഹേ..)

വിവിധ്ഭാരതി 'ഗോൾഡൻ വോയ്സ്' പുരസ്കാരം നൽകി ആദരിച്ച, ശബ്ദഭംഗി ഉപജീവനമാർഗ്ഗമാക്കിയ കബൻ മിർസ ശ്വാസനാളത്തിൽ അർബ്ബുദം ബാധിച്ച്, ഒന്നും ശബ്ദിക്കാനാകാതെ അവസാനകാലം കഴിച്ചുകൂട്ടി. റസിയ സുൽത്താനിലെ രണ്ടു ഗാനങ്ങളുടെ പേരിലാണ് മിർസ അറിയപ്പെടുന്നത്. പക്ഷേ, അറിയപ്പെടുന്ന പാട്ടുകാരുടെ ശബ്ദമാധുര്യത്തിനപ്പുറമാണ് പ്രണയച്ചൂടിൽ നീറുന്ന, അടിമബോധവും ആത്മഹത്യാത്വരയും വേട്ടയാടുന്ന ആ അടിമയുടെ പാട്ടിന് അദ്ദേഹം പകർന്ന വികാരവേപഥു പൂണ്ട ശബ്ദം.

■

രുദാലി: പ്രണയികളെ പൊള്ളിച്ച നിലാവ്

കത്തുന്ന വെയിലത്ത് മരുഭൂമിയിൽ വച്ചാണ് ലക്ഷ്മൺ സിങ്ങ് എന്ന നാടുവാഴി ആ ദളിത് പെൺകുട്ടിയെ ആദ്യമായി കണ്ടത്. തലയിൽ വെള്ളം നിറച്ച കുടവുമായി വീട്ടിലേക്കു പോകുന്ന അവളെ ക്കണ്ടപ്പോൾ അയാൾ ഒട്ടകപ്പുറത്തു നിന്നിറങ്ങി. അവളോടു വെള്ളം വാങ്ങിക്കുടിച്ചു. അവളെ ഒട്ടകപ്പുറത്തേറ്റി വീട്ടിൽ കൊണ്ടു ചെന്നാക്കാമെന്ന് അയാൾ പറഞ്ഞു. പക്ഷേ, അപ്പോഴാണ് അയാൾ ഉന്നതകുലജാതനായ തമ്പുരാനാണെന്ന് അവൾ തിരിച്ചറിഞ്ഞത്. മാപ്പു പറഞ്ഞ് ഓടിരക്ഷപ്പെടുകയായിരുന്നു, അന്നവൾ. പക്ഷേ, ആദ്യസമാഗമത്തിൽ അയാൾ പറഞ്ഞ ഒരു കാര്യം അവൾ മറന്നില്ല. ''മിഴികളുയർത്തി എന്റെ മുഖത്തേക്കു നോക്കൂ.'' യൗവ്വനതീക്ഷ്ണമായ നോട്ടം കൊണ്ട് അവൾ - ശനിചരി എന്ന ഗ്രാമസുന്ദരി - അന്നുതന്നെ അയാളെ കീഴടക്കിയിരുന്നു.

സാഹിത്യസൃഷ്ടികളെ ആസ്പദമാക്കി സിനിമകളുണ്ടാക്കുമ്പോൾ മൗലികകൃതിയിൽ നിന്ന് സംവിധായകർ വഴിമാറി നീങ്ങുക പതിവാണ്. അത്തരമൊരു വേറിട്ടു നടത്തത്തിന്റെ ഫലമായാണ് മഹാശ്വേതാ ദേവി എഴുതിയ കഥയിൽ നിന്ന് കല്പനാ ലാജ്മി സൃഷ്ടിച്ച രുദാലി (1993) എന്ന സിനിമയിൽ ഈ റൊമാന്റിക് സീക്വൻസ് ഉണ്ടായത്. മഹാശ്വേതാദേവിയുടെ ബംഗാളി കഥയിൽ അവതരിപ്പിച്ചിരിക്കുന്ന വർണ്ണരഹിതമായ ദളിത് ജീവിതാന്തരീക്ഷം അതേപടി പകർത്തിയാൽ രാജസ്ഥാനിലെ ഉൾനാടൻ ഗ്രാമങ്ങളുടെ നിറങ്ങളോ മരുഭൂമിയുടെ ദിനരാത്രങ്ങളുടെ സൗന്ദര്യമോ ഭൂപേൻ ഹസാരികയുടെ വശ്യമനോഹരമായ സംഗീതമോ രുദാലിയിൽ ഉൾപ്പെടുത്താനാകില്ലെന്ന് സംവിധായികയ്ക്ക് അറിയാമായിരുന്നു. മഹാശ്വേത സൃഷ്ടിച്ച രുദാലിയുടെ പശ്ചാത്തലം പശ്ചിമബംഗാളിലെ തഹദ് ഗ്രാമമാണ്. അവിടുത്തെ ഗഞ്ചു-ദുഷദ് ഗോത്രങ്ങളിൽപ്പെട്ടവരെ അസ്പൃശ്യരായിക്കണ്ട് നിരന്തരം പീഡിപ്പിക്കുന്ന രാജ്പുത് വിഭാഗത്തിലെ സമ്പന്നർ സമ്പത്തും ഭൂമിയും അധികാരവും ജന്മാവകാശം

പോലെ കയ്യടക്കിവച്ചിരുന്നു. ലാജ്മി കഥയെ രാജസ്ഥാനിലെ ഒരു മരുപ്രദേശ ഗ്രാമത്തിലേക്ക് പറിച്ചു നട്ടു. ആ പ്രദേശത്തിന്റെ സംസ്കാരവുമായി നേരിട്ടു ബന്ധമില്ലാത്ത ഈണങ്ങൾ ഭൂപേൻ ഹസാരികയിലൂടെ അസമിൽ നിന്നു പകർത്തിച്ചേർത്തു. അങ്ങനെ രുദാലി എന്ന സിനിമ രണ്ടു സംസ്കാരങ്ങളുടെ ദൃശ്യ-സംഗീത സങ്കരമായി. സിനിമ പലപ്പോഴും പരസ്പരവിരുദ്ധമായ സംസ്കാര ങ്ങളെപ്പോലും അതിന്റെ ഫ്രെയ്മുകളിൽ ഒന്നിച്ചു ചേർക്കും. കലയും കച്ചവടവും സമർത്ഥമായി വിളക്കിച്ചേർക്കുന്നതിൽ അഗ്രഗണ്യ നായിരുന്ന ഗുരു ദത്തിന്റെ മരുമകളായ കല്പന ലാജ്മിയെ ഈ തന്ത്രം ആരും പഠിപ്പിച്ചുകൊടുക്കേണ്ടതില്ലല്ലോ.

ഇൻഡ്യയിലെ അരികുജീവിതങ്ങളെ ശക്തമായും സത്യസന്ധ മായും അവതരിപ്പിച്ചിട്ടുള്ള മഹാശ്വേതാദേവിയുടെ കഥയോട് നീതി പുലർത്താൻ കഴിഞ്ഞില്ലെങ്കിലും രുദാലിക്ക് ഒരു ഫെമിനിസ്റ്റ് ചല ച്ചിത്രഭാഷ്യം നൽകുന്നതിൽ ലാജ്മി വിജയിച്ചു.

രാജസ്ഥാനിലെ ചില പ്രദേശങ്ങളിൽ, ധനാഢ്യരായ പുരുഷന്മാർ മരിക്കുമ്പോൾ അവർക്കു വേണ്ടി മാറത്തടിച്ച് അലറിക്കരയാനായി ബന്ധുക്കൾ വിലയ്ക്കെടുക്കുന്ന സ്ത്രീകളെയാണ് രുദാലികൾ എന്നു വിളിക്കുന്നത്. “രോദനം ചെയ്യുന്ന സ്ത്രീ” എന്നർത്ഥം. ഉപരി വർഗ്ഗത്തിലെ സ്ത്രീകൾക്ക് പരസ്യമായി കരയാനുള്ള അവകാശം ഇല്ലാത്തതുകൊണ്ടാണ് വിലാപത്തെ ആഘോഷമാക്കാൻ വേണ്ടി രുദാലിമാരെ വാടകയ്ക്കെടുക്കുന്നത്.

ശനിചരിയുടേത് ഒരഭിശപ്തജന്മമാണ്. ശനിയാഴ്ച പിറന്നതു കൊണ്ട് അവൾ കാരണം ചുറ്റുമുള്ളവർക്ക് ദുരന്തങ്ങളുണ്ടാകുമെന്ന് എല്ലാവരും വിശ്വസിച്ചു. അവൾ ജനിച്ചപ്പോഴേ അച്ഛൻ മരിച്ചു. അമ്മ അവളെ ഉപേക്ഷിച്ച് ഒളിച്ചോടിപ്പോയി. മദ്യപനായ ഒരു കൂലിപ്പണി ക്കാരന്റെ ഭാര്യയായി യൗവ്വനം പാഴായിപ്പോയി. അയാളുടെ അകാല മരണം നടന്ന് അധികം വൈകാതെ ഏകമകൻ നാടുവിട്ടുപോയി.

ജാതീയമായ അവഹേളനത്തോടൊപ്പം കൊടിയ ദാരിദ്ര്യവും ശനിചരിയെപ്പോലുള്ള സ്ത്രീകളെ പിന്തുടരുന്നു. രുദാലികൾക്ക് കൂലിക്കു വിലപേശാൻ കഴിയുന്നത് ആരെങ്കിലും മരിക്കുമ്പോൾ മാത്രമാണ്. പക്ഷേ, മരണം എപ്പോഴും സംഭവിക്കാറില്ലല്ലോ. ലൈംഗിക ത്തൊഴിലാളികളായി ചുവന്ന തെരുവുകളിൽ കഴിയുകയും അതി സമ്പന്നരുടെ വെപ്പാട്ടികളാകുകയുമാണ് അവർക്കു മുന്നിലുള്ള ജീവിതമാർഗ്ഗം. കാല്പനികതയുടെ നിറക്കൂട്ടുകളില്ലാതെ കഥാകാരി വരച്ചുവച്ച ശനിചരിക്ക് ലാജ്മി ഒരു പ്രണയിനിയുടെ പരിവേഷം കൊടുക്കുന്നു. മരുഭൂമിയിൽ വച്ചുള്ള ആദ്യ കൂടിക്കാഴ്ചയ്ക്കു ശേഷം ലക്ഷ്മൺ സിങ്ങിന്റെ വീട്ടിൽ വേലക്കാരിയായെത്തുന്ന ശനിചരിക്ക്

അയാളുമായി ശാരീരികബന്ധമുണ്ടായതായി സിനിമയിൽ സൂചന കളില്ല. പക്ഷേ, വിശാലമായ ആ മാളികയുടെ പല ഭാഗങ്ങളിലും വച്ച് അയാൾ അവളെ സന്ധിക്കുന്നുണ്ട്. പ്രണയപൂർവ്വം ആലിംഗനം ചെയ്യുന്നുണ്ട്. അന്നത്തെ സാമൂഹിക സാഹചര്യത്തിൽ അതൊന്നും ഒരിക്കലും സംഭവിക്കാനിടയില്ല. അത്രയ്ക്കു തീവ്രമായ ആദർശാത്മകതയോടെയാണ് ലാജ്മി ഈ കഥാപാത്രങ്ങളെ ആവിഷ്കരിച്ചിരിക്കുന്നത്.

രുദാലിയിലെ ഏറ്റവും പ്രശസ്തമായ ദില് ഹൂം ഹൂം കരേ എന്ന ഗാനം ലതാ മങ്കേഷ്കറും ഭൂപേൻ ഹസാരികയും വെവ്വെറെ പാടിയിട്ടുണ്ട്. ഹസാരികയുടെ ആലാപനത്തിൽ അസമീസ് ഗോത്ര സംഗീതത്തിന്റെ അനുപമസൗന്ദര്യം വഴിഞ്ഞൊഴുകുന്നു. ''ഹൂം ഹൂം'' എന്ന് ഹസാരികയും ലതയും ഉച്ചരിക്കുന്നതു ശ്രദ്ധിച്ചാൽ ഇതു തിരിച്ചറിയാമെന്ന് രുദാലിയുടെ തിരക്കഥാകൃത്തും ഗാനരചയിതാവുമായ ഗുൽസാർ ഒരഭിമുഖത്തിൽ പറഞ്ഞിട്ടുണ്ട്. ഒരു അസമീസ് നാടോടിഗാനത്തിൽ നിന്നാണ് ദില് ഹൂം ഹൂം കരേ യുടെ പിറവി. ഹൃദയമിടിപ്പിന്റെ ശബ്ദത്തിന് ''ധക് ധക്'' എന്നാണ് ഹിന്ദിപ്പാട്ടുകളെഴുതുന്നവർ പൊതുവേ നൽകാറുള്ള സ്വരാവിഷ്കാരം. കാലത്തിന്റെ മാറ്റത്തിനനുസരിച്ച് ഹൃദയത്തിന്റെ അഭിലാഷങ്ങളും ഭാഷയും മാറിയേക്കാം. പക്ഷേ, അതുണ്ടാക്കുന്ന ശബ്ദത്തിനു മാറ്റമില്ല. പ്രത്യേകിച്ച് ഹിന്ദി സിനിമാഗാനങ്ങളിൽ. അങ്ങനെ നോക്കിയാൽ ദില് ധക് ധക് കരേ എന്നായിരുന്നു ഗുൽസാർ എഴുതേണ്ടിയിരുന്നത്. പക്ഷേ, ഹസാരിക ആസ്പദമാക്കിയ അസമീസ് നാടോടിഗാനം കേട്ടപ്പോൾ ''ധക്-ധക്'' ശബ്ദത്തേക്കാൾ കാല്പനികമാണ് ''ഹൂം ഹും'' എന്നു തോന്നിയതുകൊണ്ട്, പലർക്കും എതിർപ്പുണ്ടായിട്ടും ഗുൽസാർ തന്റെ നിലപാടിൽ ഉറച്ചു നിന്നു.

ദില് ഹൂം ഹും കരേ ഘബ്രായേ ഘന്
ധം ധം കരേ ഡര് ജായേ
എക് ബൂന്ദ് കഭീ പാനീ കി
മോരി അഖിയോം സേ ബര്സായേ

എന്ന വരികൾ ശനിചരിയുടെ വ്യഥിത ഹൃദയത്തിൽ നിന്നുറപൊട്ടിയതാണ്. രുദാലിയായിരുന്നിട്ടും അവൾക്കു കരയാനാകുന്നില്ല. ഒരിറ്റു കണ്ണീരുപോലും പൊഴിയുന്നില്ല.

തൊട്ടുകൂടാത്തവളായി കണക്കാക്കപ്പെടുന്ന ശനിചരിയെ ആദ്യസമാഗമത്തിൽത്തന്നെ ലക്ഷ്മൺ സിങ് സ്പർശിച്ചിട്ടുണ്ട്. പരസ്യമായി ആട്ടിപ്പായിക്കുമ്പോഴും ഇരുട്ടിന്റെ മറവിൽ ദളിത് സ്ത്രീകളെ പ്രാപിക്കാൻ വിരോധമില്ലാത്ത നാട്ടുപ്രമാണിമാരെപ്പോലെയല്ല,

ലക്ഷ്മൺ സിങ്ങിനെ ലാജ്മി അവതരിപ്പിക്കുന്നത്. അയാൾ ശനിചരിയെ ഒരു മുക്തസ്ത്രീയാക്കാൻ ശ്രമിക്കുന്നു. എപ്പോഴും കണ്ണുകളിൽ നോക്കി സംസാരിക്കണം എന്ന നിർദ്ദേശവും അസ്പൃശ്യത ബ്രാഹ്മണരുടെ വികലമായ സാമൂഹ്യബോധത്തിന്റെ സൃഷ്ടിയാണെന്നുള്ള പ്രസ്താവനയും ലക്ഷ്മൺ സിങ്ങിനെ വ്യത്യസ്തനാക്കുന്നു. പക്ഷേ, അയാളുടെ സ്പർശനാലിംഗനങ്ങൾ ശനിചരിയെ പാപബോധത്തിലാഴ്ത്തുന്നു. ലക്ഷ്മൺ സിങ്ങിന്റെയും അയാളുടെ പിതാവിന്റെയും സാന്നിദ്ധ്യത്തിൽ പാടുമ്പോൾ ഈ കീഴാളബോധവും ചിലപ്പോൾ അവളിൽ കടന്നു വരുന്നുണ്ട്.

ജിസ് തന് കോ ഝുവാ തൂ നേ ഉസ് തന് കോ ഝുപാവൂം
ജിസ് മന് കോ ലഗേ നയ്നാ വോ കിസ് കോ ദിഖാവൂം

നിന്റെ സ്പർശമേറ്റ ശരീരം ഞാൻ ഒളിപ്പിക്കാം. പക്ഷേ, നിന്റെ മിഴികൾ പതിഞ്ഞ മനസ്സ് ഞാൻ ആരെ കാണിക്കും? മരുഭൂമിയിൽ പടർന്ന നിലാവിൽ നിന്നുകൊണ്ട് അവൾ ചന്ദ്രനെ നോക്കി പാടുന്നു.

ഓ മോരേ ചന്ദ്രമാ.. തേരി ചാന്ദ്നി അംഗ് ജലായേ
തേരി ഊംചീ അടാരീ മേ നേ പംഖ് ലിയേ കട്വായേ..

(നീ പകരുന്ന നിലാവ് എന്നെ പൊള്ളിക്കുന്നു. ബന്ധിതമായ ചിറകുകളോടെ എങ്ങനെ ഞാൻ നിന്റെ ഉന്നതസവിധത്തിലെത്തും?)

ലത മങ്കേഷ്കറുടെ ആലാപനത്തേക്കാൾ ശ്രോതാക്കളെ ലഹരി പിടിപ്പിച്ചത് ഹസാരികയുടെ പകരം വയ്ക്കാനില്ലാത്ത വൈകാരിക സ്പർശമുള്ള ശബ്ദമായിരുന്നു. ഇൻഡ്യ മുഴുവൻ ആ ഗാനനദി അലയടിച്ചു.

പതിനേഴാം വയസ്സിലാണ് കല്പന ലാജ്മി ഭൂപേൻ ഹസാരികയെ കണ്ടുമുട്ടുന്നത്. അന്ന് നാല്പത്തഞ്ചുകാരനായിരുന്ന ഹസാരിക പ്രശസ്തിയുടെ നെറുകയിലായിരുന്നു. പരമ്പരാഗത സാമൂഹ്യ നിയമങ്ങളെ വകവയ്ക്കാത്ത കടുത്ത ഫെമിനിസ്റ്റായിരുന്ന കല്പന, ഹസാരികയുടെ മരണം വരെ അദ്ദേഹത്തിന്റെ സഹചാരിയായിരുന്നു. പലപ്പോഴും വിവാദങ്ങളുയർത്തിയ ആ ബന്ധത്തിന്റെ ചില അദ്ധ്യായങ്ങളെങ്കിലും രുദാലിയുടെ ഫ്രെയ്മുകളിലും പ്രതിഫലിച്ചിട്ടുണ്ടാകണം; പാവപ്പെട്ടവരുടെ ശബ്ദമായി കലാലോകത്ത് ഉദിച്ചുയർന്ന ഹസാരികയുടെയും ദാരിദ്ര്യമെന്തെന്നറിയാതെ വളർന്ന കല്പനയുടെയും ലോകങ്ങൾ പരസ്പരം മാറ്റി വെച്ചതു പോലെ.

■

വസന്തത്തിലും തളിർക്കില്ല,
ശിശിരത്തിൽ പൊഴിഞ്ഞവ

സിന്ദ്ഗീ കേ സഫർ മേ
ഗുസർ ജാതേ ഹേ ജോ മകാം
വോ ഫിര് നഹീ ആതേ
വോ ഫിര് നഹീ ആതേ

ആർ.ഡി. ബർമ്മന്റെ മാന്ത്രികസ്പർശത്തിൽ വിരിഞ്ഞ ഈ പാട്ട് എഴുപതുകളിലെ സൂപ്പർ ഹിറ്റ് ആയിരുന്ന ആപ് കി കസം എന്ന സിനിമയിലൂടെ കിഷോർ കുമാർ അനശ്വരമാക്കിയതാണെന്ന് സംഗീത പ്രേമികൾക്കറിയാം. മറ്റൊരു ശബ്ദത്തിൽ ഈ പാട്ടു കേൾക്കുന്നതിനെക്കുറിച്ച് ആലോചിക്കാൻ പോലും കഴിയാത്തവരുണ്ടാകാം. കുറേക്കാലം മുമ്പ് ഒരു ബംഗാളി ഗായിക അവരുടെ അനുപമമായ ശബ്ദത്തിലൂടെ എന്നെ ഈ പാട്ടിൽ കൊരുത്തിട്ടു. വിദേശത്തു താമസിക്കുന്ന ഒരു സുഹൃത്ത് അയച്ചു തന്ന വീഡിയോ ലിങ്കിലൂടെയാണ് അവരെ കേൾക്കുന്നതും കാണുന്നതും. 'സുബഹ് സവേരേ' എന്നൊരു പ്രഭാത സാസ്കാരിക പരിപാടി ദൂരദർശനിൽ സംപ്രേഷണം ചെയ്തിരുന്നത് ചിലരെങ്കിലും ഓർക്കുന്നുണ്ടാകും. നമ്മുടെ ടെലിവിഷൻ അന്തരീക്ഷം ഇത്രയ്ക്കു ശബ്ദായമാനമല്ലാതിരുന്ന അത്തരമൊരു വെളുപ്പാൻകാലത്തിന്റെ ഓർമ്മയ്ക്കെന്നോണം ആ സുഹൃത്ത് അയച്ചു തന്ന വീഡിയോ ലിങ്കിൽ രണ്ടു ഗിറ്റാറുകളുടെ മാത്രം അകമ്പടിയോടെ ബംഗാളി ശൈലി കലർന്ന ഹിന്ദിയിൽ എന്റെ ഇഷ്ടഗായികയായി മാറിക്കഴിഞ്ഞ ശ്രോമോണ ഗുഹ ഠാകുർത്ത പാടുന്നു..

സിന്ദ്ഗീ കേ സഫർ മേ ഗുസർ ജാതേ ഹേ ജോ മകാം
വോ ഫിര് നഹീ ആതേ
വോ ഫിര് നഹീ ആതേ

ജീവിതമെന്ന യാത്രയ്ക്കിടെ നാം കടന്നു പോകുന്ന വഴിയമ്പലങ്ങളൊന്നും വീണ്ടും തിരികെ വരില്ല..

1970ൽ കെ എസ് സേതുമാധവൻ സംവിധാനം ചെയ്ത 'വാഴ്വേമായം' എന്ന മലയാളസിനിമയുടെ ഹിന്ദി റീമേയ്ക്കാണ് 'ആപ് കി കസം'. ഭാര്യയ്ക്ക് ജാരസംസർഗ്ഗമുണ്ടെന്നു സംശയിക്കയാൽ ജീവിതം തന്നെ നഷ്ടപ്പെട്ട ഭർത്താവായി സത്യൻ അരങ്ങുതകർത്ത വാഴ്വേമായം വയലാറിന്റെയും ദേവരാജന്റെയും കൂട്ടുകെട്ടിൽപ്പിറന്ന സുന്ദരഗാനങ്ങൾകൊണ്ടു സമൃദ്ധമായിരുന്നു. ''സീതാദേവി സ്വയംവരം ചെയ്തൊരു'', ''കല്യാണസൗഗന്ധികപ്പൂങ്കാവനത്തിലൊരു'', ''കാറ്റും പോയ് മഴക്കാറും പോയ്'' തുടങ്ങിയ ഗാനങ്ങൾ നിത്യഹരിതങ്ങളാണല്ലോ. നായകനായ സുധീന്ദ്രന്റെ ജീവിതപരിണാമം അടയാളപ്പെടുത്തുന്ന ''ചലനം ചലനം ചലനം'' എന്ന പാട്ടിന്റെ ഹിന്ദി സമാന്തരമാണ് ആനന്ദ് ബക്ശി രചിച്ച ''സിന്ദഗി കേ സഫർ മേ''.

മലയാളത്തിൽ വയലാറും ദേവരാജനും സേതുമാധവനും ചേർന്ന് മാനവജീവിതപരിണാമത്തിൻ മയൂര സന്ദേശമായി ജീവിതത്തിന്റെ ചലനവഴികളെ അവതരിപ്പിച്ചപ്പോൾ ഹിന്ദിയിലെ ജനകീയ സംഗീതധാര അതു കുറേക്കൂടി ലളിതമാക്കി. വാല്മീകിക്കും വള്ളുവർക്കും അവരുടെ ദർശനങ്ങൾക്കും പകരം പൂക്കളെയും ഇലകളെയും ഋതുഭേദങ്ങളെയും പാട്ടിൽ കൂട്ടിയിണക്കി.

ഫൂല് ഖില്തേ ഹേ
ലോഗ് മില്തേ ഹേ മഗർ
പത്ഝഡ് മേ ജോ ഫൂൽ
മുർഝാ ജാതേ ഹേ
വൊ ബഹോരോം കേ ആനേ സേ ഖില്തേ നഹീ

(ലോകമുള്ളിടത്തോളം പൂക്കൾ വിരിയും മനുഷ്യർ കണ്ടുമുട്ടും. പക്ഷേ, ശരത്കാലത്തു കൊഴിഞ്ഞ പൂക്കളുണ്ടല്ലോ, അവ വസന്തത്തിൽ വീണ്ടും തളിർക്കുകയേ ഇല്ല.)

റീമേയ്ക്കുകളിലെ സർഗ്ഗസ്വാതന്ത്ര്യത്തെക്കുറിച്ച് ഒരു താരതമ്യം പാടില്ലാത്തതാണ്. എങ്കിലും സേതുമാധവന്റെ വഴി ഏറെക്കുറേ അതുപോലെ പിന്തുടർന്നാണ് 'ആപ് കി കസമി'ന്റെ സംവിധായകൻ ഓം പ്രകാശും തന്റെ നായകൻ രാജേഷ് ഖന്നയെ ഈ ഗാനരംഗത്തിൽ അവതരിപ്പിക്കാൻ ശ്രമിച്ചിരിക്കുന്നത്; വസന്തത്തിന്റെ മലർവഴികളിലൂടെ നടന്നുനടന്ന് ഒടുവിൽ ജരാനരകൾ ബാധിക്കുന്ന വ്യഥിതഹൃദയനായിത്തന്നെ. അക്കാലത്ത് തിരശ്ശീലയിൽ യൗവ്വനത്തിന്റെ മറുപേരായിരുന്ന രാജേഷ് ഖന്നയെ പൊടുന്നനെ വൃദ്ധനായിക്കാണുമ്പോഴുണ്ടാകുന്ന ചേർച്ചക്കേട് തത്കാലം മറക്കാമെന്നു

വച്ചാലും കഥാഗതിയിൽ കൊണ്ടുവന്ന തനി ഹിന്ദിസിനിമാശൈലി അല്പം അസഹ്യം തന്നെയായിരുന്നു.

അതുപോകട്ടെ, ശ്രോമോണയിലേക്കു തന്നെ മടങ്ങിവരാം. ആ പുലർകാല ടെലിവിഷൻ പരിപാടിയിൽ നിന്ന് അല്പം കൂടി ഗവേഷണം നടത്തിയപ്പോൾ ബംഗാളി നടിയും ഗായികയും കൊൽക്കൊത്ത യൂത്ത് കൊയറിന്റെ സ്ഥാപകയുമായ രുമ ഗുഹ ഠാകുർത്തയുടെ മകളാണ് ശ്രോമോണയെന്നു മനസ്സിലായി. വിഖ്യാതഗായകൻ കിഷോർ കുമാറായിരുന്നു രുമയുടെ ആദ്യഭർത്താവ്. രുമയ്ക്ക് കിഷോറിലുണ്ടായ മകനാണ് ഗായകനും നടനുമായ അമിത് കുമാർ ഗാംഗുലി. 1958 ൽ കിഷോർ കുമാറിൽ നിന്നു വിവാഹമോചനം നേടിയ ശേഷം രുമ അരൂപ് ഗുഹ ഠാകുർത്തയെ വിവാഹം ചെയ്തു. ഈ ബന്ധത്തിലുണ്ടായ മകളാണ് ശ്രോമോണ. അതുകൊണ്ടാകണം, ശ്രോമോണ കിഷോർ കുമാറിന്റെ മകളാണെന്ന് പലരും തെറ്റിദ്ധരിക്കുന്നത്. അല്ലെങ്കിലും അമിത് കുമാറിന്റെ അനുജത്തിയാണല്ലോ അവർ.

തുടർന്നുള്ള അന്വേഷണത്തിൽ ശ്രോമോണ സത്യജിത് റേയുടെ ഹംസഗീതമായ ആഗന്തുക് (1991) എന്ന സിനിമയിൽ ഒരു പാട്ടു പാടിയിട്ടുണ്ടെന്നും മനസ്സിലായി. അതും ഒരു ടാഗോർ കവിത.

ബാജിലോ കഹാരോ ബിനാ മധുര് സ്വര്..

അമോരോ നിഭൃത് നബോജീബനോ പാരേ

കിഷോർ കുമാറിന്റെ അനശ്വരഗാനം ശ്രോമോണയുടെ ബംഗാളി ശബ്ദത്തിൽ തുടരട്ടെ..

കുഛ് ലോഗ് എക് രോസ് ജോ ബിഛഡ് ജാതേ ഹേ

വൊ ഹസാരോം കേ ആനേ സേ മിൽതേ നഹീ

ഉമ്ര് ഭര് ചാഹേ കോയി പുകാരാ കരേ ഉൻകാ നാം

വോ ഫിര് നഹി ആതേ

വോ ഫിര് നഹി ആതേ

ഒരായിരം പേർ പകരം വന്നാലും ഒരിക്കൽ നിങ്ങൾ വേർപിരിഞ്ഞവരെ വീണ്ടും കണ്ടുമുട്ടില്ല. ഇനിയുള്ള ജന്മം മുഴുവൻ അവരുടെ പേരുവിളിച്ചുകൊണ്ടലഞ്ഞാലും പിരിഞ്ഞുപോയവർ, അവർ മാത്രം തിരികെ വരില്ല.

നമ്മുടെ വയലാറിനൊപ്പം നിൽക്കും ആനന്ദ് ബക്ശിയുടെ വരികൾ.

മറ്റൊരു പ്രസിദ്ധമായ പാട്ടുകൂടി ശ്രോമോണ ആ പ്രഭാതപരിപാടിയിൽ പാടിയിട്ടുണ്ട്. അനുഭവ് (1971) എന്ന ചിത്രത്തിലെ ഗീതദത്തിന്റെ അനശ്വരഗാനം..

മേരി ജാൻ, മുഝേ ജാൻ നാ കഹോ മേരി ജാൻ

മേരി ജാൻ, മേരി ജാൻ..

ഒരു സന്ധ്യയിൽ ആ സംഗീതപ്രണാമം കൂടി കേട്ടിരിക്കേ, പഴയ ഹിന്ദിസിനിമാഗാനങ്ങളുടെ ചെറിയൊരു എൻസൈക്ലോപീഡിയ സ്ത്രീരൂപത്തിൽ മുറിയിലേക്കു കടന്നു വരുന്നു. ഗീതയുടെയത്ര ശരിയായോ ശ്രോമോണയുടെ ആലാപനം എന്നു സംശയം പ്രകടിപ്പിക്കുന്നു. ആ സംശയം അസ്ഥാനത്തായിരുന്നില്ല. പക്ഷേ, ചിലപ്പോഴെങ്കിലും ഒറിജിനലിനേക്കാൾ വെല്ലുന്ന ആത്മാർത്ഥതയാണല്ലോ ചില പാട്ടുകളെയും പാട്ടുകാരെയും എന്നന്നേക്കുമായി നമ്മുടെ ഹൃദയത്തോടടുപ്പിക്കുന്നത്. സ്വന്തം ജീവിതത്തിൽ നിന്നു തന്നെ അക്കാര്യം ഞങ്ങൾക്കറിയാം. പക്ഷേ, അപ്പോൾ ഞാനതോർമ്മിപ്പിക്കാൻ പോയില്ല.

■

പാരാവാരത്തിരയിൽ എന്നുടെ പവിഴദ്വീപു തകർന്നാലോ...

കൊച്ചി നഗരത്തിലെ ഒരു ഹോട്ടൽ മുറിയിൽ പാട്ടുകളുടെ ലഹരി നുരയുന്ന രാത്രി. കൂടെയുണ്ടായിരുന്നത് കടുത്ത പാട്ടുപ്രേമിയായ അജിത് നീലാഞ്ജനം മാത്രം. മലയാളിയുടെ ആത്യന്തിക ഗൃഹാതുരതകളിലൊന്നായ ''മഞ്ഞണിപ്പൂനിലാവ്'' എന്ന പാട്ട് (ചിത്രം: നഗരമേ നന്ദി) ജാനകിയുടെ ശബ്ദത്തിൽത്തന്നെ കേൾക്കാൻ വേണ്ടി യു ട്യൂബിൽ പരതുമ്പോൾ അപ്രതീക്ഷിതമായി ഒരു ബ്ലാക് ആൻഡ് വൈറ്റ് വീഡിയോ ലിങ്ക് കിട്ടി. സിനിമയിലെ പാട്ടു സീൻ തന്നെയായിരുന്നു അതെന്നു മനസ്സിലായപ്പോൾ അത്ഭുതമായി. അതിനു കാരണമുണ്ട്. താൻ നിർമ്മിച്ച നഗരമേ നന്ദി, അഭയം എന്നീ സിനിമകളുടെ പ്രിന്റുകൾ ഇനിയൊരിക്കലും വീണ്ടെടുക്കാനാകാത്ത വിധം മദിരാശിയിലെ ഏതോ സ്റ്റുഡിയോയുടെ ചായ്പ്പിൽ കിടന്ന് നശിച്ചു പോയതിനെക്കുറിച്ച് ശോഭന പരമേശ്വരൻ നായർ ഒരഭിമുഖത്തിൽ പറഞ്ഞത് ഓർമ്മയിലുണ്ടായിരുന്നു.

പേരാറിന്റെ കടവിൽ മഞ്ഞളരച്ചു വച്ച് നീരാടുന്ന മഞ്ഞണിപ്പൂനിലാവുപോലെയുള്ള പെൺകൊടിയെ ഒരിക്കലും കാണാൻ കഴിയില്ലെന്നുള്ള സങ്കടം അന്നുതൊട്ടേയുണ്ട്. തേയ്മാനം വന്നു നശിക്കാറായ ഒരു വി എച്ച് എസ് കാസറ്റിന്റെ തെളിച്ചവും ശബ്ദപഥവുമേ ആ യൂ ട്യൂബ് ദൃശ്യങ്ങൾക്കുണ്ടായിരുന്നുള്ളൂ എങ്കിലും ഒരു നിധി കിട്ടിയതുപോലെ ഞങ്ങൾ ആഹ്ലാദിച്ചു. ഈ പാട്ട് നഷ്ടപ്പെട്ടിട്ടില്ലെങ്കിൽ തീർച്ചയായും സിനിമയും എവിടെയെങ്കിലും ഉണ്ടാകും എന്ന ശുഭപ്രതീക്ഷ ഉള്ളിൽ വളർന്നു. യു ട്യൂബിൽ അത് അപ്ലോഡ് ചെയ്ത വ്യക്തിയുമായി ബന്ധപ്പെടാൻ ശ്രമിച്ചു. പ്രത്യേകിച്ച് ഫലമൊന്നുമുണ്ടായില്ല. പിന്നീടക്കാര്യം മറന്നു.

ആ ഓർമ്മകൾക്ക് വീണ്ടും ജീവൻ വച്ചത് ഒരു ജൂലൈ മാസത്തിലെ വെളുപ്പാൻ കാലത്താണ്. ആനുകാലികങ്ങൾ മറിച്ചുനോക്കുന്നതിനിടെ കണ്ടു, മാദ്ധ്യമം വാരികയിൽ പപ്പന്റെ (പി. അനന്ത

പത്മനാഭൻ) കവർ സ്റ്റോറി – ''എം ടിയും പത്മരാജനും മലയാള ത്തിലെ ആദ്യ മെട്രോ സിനിമയും.'' മദിരാശിയാണ് ആ മെട്രോ എന്നും നഗരമേ നന്ദി ആയിരിക്കും സിനിമയെന്നുമുള്ള ഊഹം തെറ്റിയില്ല. ആയിരത്തിത്തൊള്ളായിരത്തി എൺപത്തിയഞ്ചിൽ ആ സിനിമ ദൂരദർശനിൽ കണ്ടതിന്റെ ഓർമ്മകൾ പങ്കുവച്ചുകൊണ്ട് എഴുതിത്തകർത്തിരിക്കുകയാണ് പപ്പൻ. കടുത്ത അസൂയയിൽ ആ പ്രഭാതം കടന്നു പോയി.

മാദ്ധ്യമപ്രവർത്തകരെ മാത്രം തേടിയെത്തുന്ന അപ്രതീക്ഷിത മായ ചില അത്ഭുതാഹ്ലാദങ്ങളുണ്ടല്ലോ. ഈ ലേഖനവും അങ്ങനെ യൊരു സംഭവത്തിനു നിമിത്തമായി. ലേഖനം പ്രസിദ്ധീകരിച്ച് ഏതാനും ദിവസങ്ങൾക്കു ശേഷം നഗരമേ നന്ദിയുടെ ഒരു കോപ്പി പപ്പനു കിട്ടുന്നു, അതും മുൻപരിചയമില്ലാത്ത ഒരാളിൽ നിന്ന്. നഷ്ടപ്പെട്ടെന്നു കരുതിയ ഒരു സിനിമയുടെ അപ്രതീക്ഷിതമായ വീണ്ടെടുപ്പ്.

വൈകാതെ നഗരമേ നന്ദി കണ്ടു. കാലം ഏൽപ്പിച്ച ക്ഷതങ്ങളേറ്റ് തികച്ചും അവശമായിരുന്ന, പലപ്പോഴും ശൂന്യമായ ഫ്രെയ്മുകൾ പോലുമുണ്ടായിരുന്ന ആ ദൃശ്യസഞ്ചയത്തിൽ എം ടി യും എ വിൻ സെന്റും ഒപ്പം പി ഭാസ്കരനും കെ രാഘവനും ചേർന്ന് വരച്ചുവച്ച കാലാതിവർത്തിയായ മനുഷ്യജീവിത ദുരന്തചിത്രങ്ങൾക്ക് ഇപ്പോഴും മങ്ങലേതുമേറ്റിട്ടില്ല. ഏകാന്തമായ നഗരജീവിതം കൊണ്ട് ആഴത്തിൽ മുറിവേറ്റ ഒരു നാട്ടിൻപുറത്തുകാരന്റെ വ്യഥിതമായ മനസ്സ് വായി ച്ചെടുത്തുകൊണ്ട് പി ഭാസ്കരൻ എഴുതിയ, ''മഞ്ഞണിപ്പൂനിലാവി'' നേക്കാൾ പ്രിയമുള്ള, ഈ പാട്ടിനും പരിക്കൊന്നുമില്ല.

നഗരം നഗരം മഹാസാഗരം
മഹാസാഗരം
കളിയും ചിരിയും മേലേ
ചളിയും ചുഴിയും താഴേ

കഥാപാത്രങ്ങളേക്കാൾ അവർ വ്യാപരിക്കുന്ന ഭൂമികയ്ക്ക് – മദി രാശി എന്ന മഹാനഗരത്തിന് – പ്രാധാന്യം നൽകിയാണ് എം ടി ഈ സിനിമ എഴുതിയിരിക്കുന്നത്. ബോംബെയിലേക്കും കൽക്കത്ത യിലേക്കും ദൽഹിയിലേക്കുമെന്നപോലെ ജോലിയും ജീവിതവും തേടി ഒരുപാടു മലയാളികൾ ചെന്നു ചേർന്നിരുന്ന മദിരാശി ('മദി രാക്ഷി' എന്ന വാക്കിനോട് ഒരു വിദൂരസാമ്യമുണ്ടോ?) മറ്റേതൊരു നഗരത്തെയും പോലെ വശ്യമോഹിനിയാണെന്ന് എം ടി ഒരു കഥാ പ്രാത്രത്തെക്കൊണ്ടു പറയിക്കുന്നുണ്ട്: ''ഓടി രക്ഷപ്പെടാൻ തോന്നും. പക്ഷേ, വീണ്ടും തിരിച്ചു വരും.''

ഈയൊരു സംഭാഷണ ശകലം മതി, ഭാസ്കരൻ മാസ്റ്റർക്ക് രണ്ടു വരി കുറിക്കാൻ..

പുറമേ പുഞ്ചിരി ചൊരിയും സുന്ദരി
പിരിയാൻ വിടാത്ത കാമുകി

നാട്ടിൻപുറത്തുനിന്ന് നഗരത്തിലേക്ക് ജീവിതം പറിച്ചു നടുന്നവരുടെ പടിപടിയായുള്ള നിഷ്കളങ്കതാനഷ്ടം (Loss of Innocence) ലോകസാഹിത്യത്തിലും സിനിമയിലും പലകുറി ആവർത്തിക്കപ്പെട്ട പ്രമേയമാണ്. അതിന് എം ടി യും പി ഭാസ്കരനും ചേർന്നു ചമച്ച തികച്ചും കേരളീയമായ ബിംബകൽപനയാണ് ഈ പാട്ടിന്റെ ഊടും പാവും.

ചെറുപ്പത്തിലേ തന്നെ മദിരാശിയിൽ വന്ന് ചെറിയ തോതിലാണെങ്കിലും ജീവിതം കരുപ്പിടിപ്പിച്ച രാഘവന്റെ (മധു) പിൻബലത്തിൽ നഗരത്തിലെത്തുന്ന ബാല്യകാലസുഹൃത്ത് മാധവൻകുട്ടി (പ്രേം നസീർ), അയാളുടെ അമ്മ, പെങ്ങൾ കുഞ്ഞുലക്ഷ്മി, അനുജൻ ഉണ്ണി.. ഇവരാണ് പ്രധാന കഥാപാത്രങ്ങൾ. നാട്ടിൽ ചെലവഴിച്ച ബാല്യകൗമാരങ്ങളിൽ നിന്ന് തിക്താനുഭവങ്ങൾ മാത്രമുള്ള രാഘവൻ ഏകാകിയാണ്; പക്ഷേ, ശുഭാപ്തിവിശ്വാസിയാണ്. ഇരുളും വെളിച്ചവും ഒളിച്ചുകളിക്കുന്ന നഗരത്തിലെ പ്രകാശഗോപുരങ്ങളിലൊന്നാണയാൾ. ''കുടുംബം എനിക്കു പണ്ടു കണ്ട ഒരു സ്വപ്നം പോലെയാണ്'' എന്നു പറയുന്ന രാഘവൻ മാധവൻകുട്ടിയുടെ വരവോടെ ജീവിതത്തിന് പുതിയ അർത്ഥതലങ്ങൾ കണ്ടെത്തുന്നു. മഞ്ഞണിനിലാവത്ത് പുഴയിൽ നീരാട്ടിനിറങ്ങുന്ന ഒരു ഗ്രാമസുന്ദരി അയാളുടെ ഓർമ്മകളിലുണ്ട്. കുഞ്ഞുലക്ഷ്മിയിൽ ഇപ്പോളയാൾക്ക് ആ പ്രണയിനിയെ കാണാം.

എള്ളെണ്ണ മണം വീശും എന്നുടെ മുടിക്കെട്ടിൽ
മുല്ലപ്പൂചൂടിച്ച വിരുന്നുകാരാ
ധനുമാസം പൂക്കൈതമലർ ചൂടി വരുമ്പോൾ ഞാൻ
അങ്ങയെക്കിനാവു കണ്ടു കൊതിച്ചിരിക്കും

എന്ന് അവൾ പാടുന്നത് തന്നെക്കുറിച്ചാണെന്ന് അയാൾ കിനാവു കണ്ടു. പക്ഷേ, 'നാട്യപ്രധാനമായ നഗരം' മറ്റൊരു വിധിയാണ് അവർക്കുവേണ്ടി കരുതി വച്ചിരുന്നത്. തിരക്കഥയുടെ നാന്ദിയായി എം ടി എഴുതിയിട്ടുണ്ട്: ''നഗരം ആയിരം കൈകളും ആയിരം തലകളുമുള്ള ഒരു നീരാളിയെപ്പോലെ രക്തദാഹത്തോടെ കാത്തുകിടക്കുന്നു. പിടിയിലകപ്പെടുന്ന മനുഷ്യരെ ചോരയും നീരും വലിച്ചു

കുടിച്ച് ചണ്ടികളായി പുറന്തള്ളുന്നു.'' നാട്ടിൻപുറത്തിന്റെ നിർമ്മലതയുണ്ടായിരുന്ന കുഞ്ഞുലക്ഷ്മിയോടും നഗരം അതു തന്നെ ചെയ്തു. വെറും നിഷ്കളങ്കതാനഷ്ടമായിരുന്നില്ല അത്. പ്രലോഭനങ്ങൾ കൊണ്ട് അഭിസാരികമാരെ സൃഷ്ടിക്കുകയെന്നത് നഗരങ്ങളുടെ ആവശ്യമാണ്.

അനിയത്തി എത്തിപ്പെട്ട ദുരവസ്ഥ നേരിട്ടു മനസ്സിലാക്കുന്ന മാധവൻകുട്ടിയുടെ ജീവിതം തെരുവിൽ ഒരു റോഡപകടത്തിലൊതുങ്ങുന്നു.

സ്നേഹിക്കുന്നു കലഹിക്കുന്നു
മോഹഭംഗത്തിലടിയുന്നു
നുരകൾ ചിന്നും തിരകളെപ്പോലെ
നരരാശികളിതിലടിയുന്നു

സ്വന്തം വീട് എന്ന പ്രവാസി മലയാളിയുടെ വലിയ സ്വപ്നം രാഘവനിലുമുണ്ട്. കുഞ്ഞുലക്ഷ്മിയായിരുന്നു അതിന് പ്രചോദനം. പക്ഷേ, ''എല്ലാമൊരു കടങ്കഥയായിരുന്നെന്നു കരുതി മറന്നേയ്ക്കൂ'' എന്ന ക്ലീഷേ സംഭാഷണത്തിൽ ആ ബന്ധം അവസാനിച്ചു. ചതിക്കുഴികൾ നിറഞ്ഞ നഗരത്തിലെ സ്നേഹപ്പച്ചപ്പുള്ള ഒറ്റത്തുരുത്തായ ആ മനുഷ്യനിൽ കുഞ്ഞുലക്ഷ്മിയുടെ പതനം അത്രയ്ക്കും ആഴത്തിലുള്ള മുറിവേൽപിച്ചിരുന്നു. വീടിനെക്കുറിച്ചും കുടുംബത്തെക്കുറിച്ചുമുള്ള രാഘവന്റെ സ്വപ്നം അങ്ങനെ കടലെടുത്തു പോയി.

കുതിച്ചുപായും നഗരിയിലൊരു ചെറു-
കൂര ചമയ്ക്കുവതെങ്ങനെ ഞാൻ
പാരാവാരത്തിരയിൽ എന്നുടെ
പവിഴദ്വീപു തകർന്നാലോ..

കടലിരമ്പത്തിന്റെ മുഴക്കത്തിൽ അലിഞ്ഞു ചേരുന്ന തേങ്ങലുകൾ പോലെ അലയടിക്കുകയാണ് കെ രാഘവൻ ഈ പാട്ടിനു പകർന്ന ഈണവും പശ്ചാത്തലസംഗീതവും. തിരമാലകളുടെ നിമ്നോന്നതങ്ങളിൽ ആടിയുലയുന്ന മനസ്സുകളുടെ കരച്ചിൽ ഓരോ നിമിഷവും ഉയർന്നു കേൾക്കുന്നുണ്ട് - അരനൂറ്റാണ്ടിനിപ്പുറവും.

മലയാളസിനിമ വളർച്ചയുടെ പടവുകൾ താണ്ടിക്കൊണ്ടിരുന്ന ആയിരത്തിത്തൊള്ളായിരത്തി അറുപതുകളിൽ യാഥാർത്ഥ്യബോധത്തിന്റെ കറുപ്പിലും വെളുപ്പിലും ചിത്രീകരിച്ച ഈ ദൃശ്യങ്ങൾ കാണുമ്പോൾ ഓർമ്മകൾ വർഷങ്ങൾക്കു പുറകിലേക്കു പോകുന്നു. പ്രവാസിയായിരുന്ന ചെറിയച്ഛൻ ഒരവധിക്കാലത്തു നാട്ടിൽ വന്നപ്പോൾ

നിന്നും സ്വമേധയാ വേറിട്ടു നിൽക്കുന്നുണ്ട് എന്ന് നിസ്സംശയം പറയാൻ പറ്റും.

ചുരുക്കിപ്പറഞ്ഞാൽ പാട്ടും സർഗ്ഗാത്മക വിചാരവും തത്ത്വ ചിന്തയും കൂടിക്കലരുന്ന ഒരു 'മദ്ധ്യകാല സ്വഭാവം' നിങ്ങളെ സംബന്ധിച്ച് ഒരു ഒബ്സെഷനാണെന്നുണ്ടെങ്കിൽ ധൈര്യമായി ഈ ബുക്ക് കയ്യിൽത്തന്നെ വച്ചോ. കെ ബിയെക്കുറിച്ചൊരു കാര്യം കൂടി പറയട്ടെ. ഈ ചങ്ങായ്നെപ്പോലെ ജലപ്പരപ്പിനൊപ്പം പാട്ടു ഭ്രാന്ത് അതേപോലെ നിലനിൽക്കുന്ന അപൂർവ്വം അൺ പ്രൊഫഷണൽ തുരുത്തുകളേ ഇനി കേരളത്തിൽ ബാക്കിയുള്ളൂ. നീക്കിയാലും പോവാത്ത പായൽ കണക്കേ പഴയ പാട്ടുകൾ കെ ബിയുടെ കഴുത്തളവിനൊപ്പം തളം കെട്ടി നിൽക്കുന്നു.

പ്രിയനേ കെ ബീ.. പാട്ടെങ്ങാനും താങ്കൾ സീരിയസ്സായും ശാസ്ത്രീയമായും അഭ്യസിക്കുകയും തുടർന്ന് ഒരു പ്രൊഫഷ നായി അതു സ്വീകരിക്കുകയും ചെയ്തിരുന്നുവെങ്കിൽ ഉറപ്പിച്ചു പറയട്ടെ, ഇങ്ങനെയൊരു പുസ്തകം ഒരിക്കലും എഴുതാൻ കഴിയുമായിരുന്നില്ല. മാത്രമല്ല, അങ്ങനെയായിരുന്നെങ്കിൽത്തന്നെ ഒരുപക്ഷേ ഇതിൽ നിറയേ സംശയങ്ങളും വിമർശങ്ങളും സങ്കട ങ്ങളും ആത്മപ്രശംസയും അസൂയയും കുശുമ്പും പരാതിയും പരിദേവനങ്ങളും അനാവശ്യവാഴ്ത്തുകളുമൊക്കെ നിറഞ്ഞു നിന്നേനേ. ഭാഗ്യത്തിന് ഇത്വിപ്പോ അസ്സലൊരു റൊമാന്റിക് ബുക്കാണ്. ഇഷ്ടപ്പെട്ടു.

സംഗതികളുടെ കുനുപ്പും മുനയും സ്ഥാനത്തെത്തിക്കാൻ വെമ്പൽ കൊള്ളുന്ന, ഏതു പാട്ടിനേയും ഓർമ്മകളുടെയും സൗഹൃദത്തിന്റെയും ആർദ്രതയിൽ നന്നായി കുഴച്ചെടുത്തതിനു ശേഷം ഇഷ്ടത്തിനു നീട്ടിയും പരത്തിയും പാടുന്ന ഞങ്ങളുടെ അമച്വർ ആസ്ഥാന ഭാവഗായകനായി ഇനിയും തുടരുക. അങ്ങനെ ഞങ്ങൾക്കൊരാളേയുള്ളൂ. ഒരു വിളിയിൽ ഏതു പാതി രാത്രിക്കും പാടിത്തരാൻ. അത് കെ ബി വേണു എന്ന ജ്ഞാനി യായ, പ്രതിഭാശാലിയായ, പ്രായമറിയാതെ അച്ഛനായ, സങ്കൽപ്പ ത്തിലെ മാടമ്പിയായ, വിപ്രലംഭ ശൃംഗാരിയായ, സുഹൃദ് ധൂർ ത്തനും പാവവുമായ, ഇപ്പോഴും കോളേജ് ഹോസ്റ്റലിലാണു താമസം എന്നു കരുതുന്ന, ഞങ്ങളുടെ പ്രിയകൂട്ടുകാരനാണ്. ധീര സുഹൃത്തേ... മരണം വരെ പാടിയും പറഞ്ഞും എഴുതിയും ഇഷ്ട സിനിമയെടുത്തും എടുക്കാതെയും സമയം കഴിക്ക. 'മദ്ധ്യേയിങ്ങനെ കാണുമ്പോൾ എന്തിനു വൃഥാ' എന്ന ആ മധുരഭാവം മുഖത്തെന്നുമുണ്ടാകട്ടെ. ഉള്ളിലും.

നന്ദി... നിറയെ സ്നേഹം...

■